ഒറ്റക്കമ്മൽ

സുരേഷ് പൊൻകുന്നം

1962 – ൽ കോട്ടയം ജില്ലയിൽ എരുമേലിയിലെ മുട്ടപ്പള്ളിയിൽ ജനനം. വിദ്യാഭ്യാസം: ഗവ: എൽപി. സ്കൂൾ മുട്ടപ്പള്ളി, ഡോ. അംബേദ്കർ മെമ്മോറിയൽ. യു പി സ്ക്കൂൾ മുട്ടപ്പള്ളി, എസ്എൻഡിപി ഹൈസ്ക്കൂൾ വെൺകുറിഞ്ഞി, മഹാരാജസ് കോളേജ് എറണാകുളം, സെന്റ് തോമസ് കോളേജ് റാന്നി എന്നിവിടങ്ങളിൽ. തുടർന്ന് എസ്.ബി.ഐയിൽ ജോലിയിൽ പ്രവേശിച്ചു ബ്രാഞ്ച് മാനേജർ ആയി വിരമിച്ചു. ഇപ്പോൾ കോട്ടയം ജില്ലയിൽ പൊൻകുന്നത്ത് താമസിക്കുന്നു. മുന്നറിയിപ്പ്, ഫാസിസത്തിന്റെ ചൂണ്ട, ഹേ ഭീരുവായ എഴുത്തുകാരാ, ഒരു പുഴ കടക്കുമ്പോൾ എന്നീ കവിതാസമാഹാരങ്ങൾ പ്രസിദ്ധീകരിച്ചിട്ടുണ്ട്.

ഭാര്യ: പരേതയായ ജാനമ്മ

മക്കൾ: സുരഭില സുരേഷ്, ഋതുകുമാർ സുരേഷ്

വിലാസം:

അശ്വതി ഭവൻ

അട്ടിക്കൽ, പൊൻകുന്നം

കോട്ടയം ജില്ല.

മൊബൈൽ: 9844677541

e-mail: ktsuresh1962@gmail.com

സുരേഷ് പൊൻകുന്നം

ഒറ്റക്കമ്മൽ

കവിതാസമാഹാരം

മാക്സ് ബുക്സ്
2023

Ottakkammal
By: Suresh Ponkunnam
Malayalam Poems

Published by:-
MAX BOOKS
Maxlive Media Solutions Pvt Ltd.
Muppathiyil Building, Muttambalom Post,
Kanjikuzhy, Kottayam 686 004
maxlivemediasolutions@gmail.com
maxbookskerala@gmail.com
Ph: 90740 98776

Printed in India
at Max, Kottayam

Cover: Maxlab
Cover Pic: Freepik

Edition:
First Editon December 2023
Copies: 1000

ISBN: 978-81-19940-00-4

പ്രസാധകക്കുറിപ്പ്

മലിനമായ വ്യവസ്ഥിതിയോടുള്ള കലഹമാണ് കവികളുടെ എക്കാലത്തെയും ജീവിതം. 'ഒറ്റക്കമ്മൽ' എന്ന കവിതാസമാഹാരത്തിലൂടെ സുരേഷ് പൊൻകുന്നം മാറ്റങ്ങൾക്കായി നിരന്തരം പൊരുതുന്നു. അനാചാരങ്ങൾക്കും, ഇന്നും ഭേദിക്കാനാകാത്ത ജാതിമത ചിന്തകളുടെ അഴുക്കുറഞ്ഞ കോട്ടകൾക്കുമെതിരെയുള്ള ഈ പോരാട്ടത്തിന് വാക്കുകളുടെ കരുത്ത് ഞങ്ങൾ ആദ്യം പ്രസിദ്ധീകരിച്ച 'ഹേ, ഭീരുവായ എഴുത്തുകാരാ' എന്ന കവിതാസമാഹാരത്തിൽ വെളിപ്പെട്ടിരുന്നു. ഇപ്പോൾ, ഈ കവിതയിലെ മൂർച്ചയേറിയ വാക്കുകൾ ഒരു ചാട്ടുളി പോലെ പലരെയും നോവിക്കുമായിരിക്കും. ആ നോവിന് ഞങ്ങൾ ഉത്തരവാദിയല്ല. കൊള്ളേണ്ടിടത്ത് കൊള്ളുക എന്ന മാധ്യമധർമ്മത്തിൽ പ്രസാധകരായ ഞങ്ങളും പങ്കു ചേരുന്നു.

അജീഷ് ചന്ദ്രൻ
പ്രസാധകൻ

ഉള്ളടക്കം

1 പുതിയ രാമായണക്കിളി
2 മൊല വന്ന കോഴി
3 വറുതിയുടെ കാലം
4 ഇരുട്ടിലേക്കൊരു വാതിൽ
5 ചിതയുടെ കാവൽക്കാരൻ
6 തീവണ്ടിയാപ്പീസിൽ
7 ഒറ്റക്കു നിൽക്കുന്ന കുട്ടി
8 സംവരണം
9 മഴേ നിന്നെ ഞാൻ കാത്തിരിക്കുന്നു
10 ബസ് സ്റ്റാന്റിൽ
11 ഒറ്റക്കമ്മൽ
12 അച്ഛനമ്മ
13 അടുപ്പുകല്ല്
14 വരൂ
15 സത്രത്തിലൊരു രാത്രി
16 രാവാണെനിക്കിഷ്ടം
17 പരട്ടജന്മങ്ങൾ
18 കാകവൃത്തം
19 ഓണമായല്ലോ പെണ്ണേ...
20 കവിതകൾ കൊണ്ടിനിക്കാര്യമില്ല
21 ഓട്ടട
22 എല്ലാം മറക്കുക
23 പ്രാർത്ഥന
24 മൃതർ
25 ഭയഭരിത ഗ്രാമം

ഒറ്റക്കമ്മൽ

26 ഇന്നു നട്ട നാരകം
27 ചന്തയിലെ പട്ടി
28 ആദ്യരാത്രി
29 അവൾ
30 പിശാചിനു പറയാനുള്ളത്
31 ക്രൂരഭാരതം
32 ഒച്ച
33 കാട്ടുപൂവിനോട്
34 ഒരു മൂലയിവന് വേണം
35 പിണങ്ങിയ കവിത
36 ആദിവാസിയുടെ പ്രണയം

1

പുതിയ രാമായണക്കിളി

നിങ്ങൾ വളർത്തുന്നയീ പുത്തൻ രാമായണക്കിളി
തുഞ്ചൻപറമ്പിലെ തത്തയല്ലെന്നറിയുക.

കൊഞ്ചിക്കുഴഞ്ഞ് രാമായണ ശീലുകൾ
ചൊല്ലുന്നയീ തത്ത പുത്തനയോദ്ധ്യതൻ
പുന്നാര വാഴ്ത്തുകൾ പാടുന്നു,
കാവ്യത്തിൽ കൽമഷം ചേർക്കുന്നു,
കാലുഷ്യം മാത്രം കാഴ്ചയിൽ തേടുന്നു.

നീരിനായ് നേരിനായ് നീതിക്കായ്
താപത്താലോടുന്ന പെണ്ണിന്റെ
തേങ്ങലു കേൾക്കാത്ത തത്ത
കൊഞ്ഞനം കുത്തുന്നു

പാപിയാം പ്രാപ്പിടിയൻ പരുന്തിന്റെ
രക്തമിറ്റിക്കുന്ന നീണ്ട നഖങ്ങളെ
രാകിരാകി മൂർച്ച കൂട്ടുന്നയീ രാ.... മായല്ലേയെന്ന് കള്ളക്കിളി

നിങ്ങൾ പാരായണത്തിലും തത്ത
ആയോധനത്തിലും
നേരിന്റെ നെഞ്ചിൽ തറയ്ക്കാൻ തത്ത
ശൂലം തിരയുന്നു നാശം വിതറുന്നു
കൊഞ്ചികുഴഞ്ഞ്
ഭാരതനെഞ്ചിൽ കഴുവേറ്റാൻ
സമൂഹമനസ്സിൽ വർഗീയനഞ്ച് കലക്കി

ഒറ്റക്കമ്മൽ

ഹാ... മർത്ത്യാ കത്തും
തെരുവുകൾ കാണാതെ നീയേത്
മിത്തും പുരാണവും വായിക്കുന്നു
നിങ്ങൾ വളർത്തുന്നയീ പുത്തൻ രാമായണക്കിളി
തുഞ്ചൻപറമ്പിലെ തത്തയല്ലെന്നറിയുക.

2
മൊല വന്ന കോഴി

മൊല വന്ന കോഴി വഴീൽ നിൽക്കുന്നു
അത് കണ്ട പൂങ്കോഴി കൂവുന്നു
അത് കേട്ട കരക്കാരോടിക്കൂടുന്നു
കലികാലമെന്ന് കണിയാനിനി
കോഴിക്കൊരു ബ്രാ വേണമൊന്നൊരാൾ
കോഴിക്കോട്ടങ്ങാടീൽ
ചെത്ത് ബ്രായൊണ്ടെന്ന് നാണിത്തള്ള
നാണിത്തള്ളേ തള്ളല്ലേന്ന്
കുടുംബശ്രീക്കാരി പാറൂ,
'പാറൂ നെന്റെ കൊണവതിയാരമെനിക്കറിയാമെടീ'യെന്ന് തള്ള
മൊലമറയ്ക്കാത്ത തള്ളക്ക്
ബ്രായേക്കുറിച്ചെന്തറിയാമെന്ന്
കള്ളൻ കണാരൻ
കാണാരന്റെ മൊനയുള്ള നോട്ട
മൊരുപാട് കണ്ട മൊലയല്ലോ തള്ളേടെ

മൊല വന്ന കോഴി വഴീൽ നിൽക്കുന്നു
അത് കണ്ട കണ്ടൻ പരുങ്ങുന്നു
കോഴിക്ക് മൊലവരും കാലം നിന്നെ
വേളികഴിക്കാമെന്ന്
ചൊന്ന പുരോഹിതനൊരുവനെ
തേടിയൊരുവൾ മഠം വീട്ടിറങ്ങുന്നു
ഒരു കീറത്തുണി പോലുമില്ലാതവൾ
പൊട്ടക്കിണറ്റിൽ കമിഴ്ന്നു കിടക്കുന്നു
അവൾ പാപിയെന്ന് മുദ്രകുത്തി

ഒറ്റക്കമ്മൽ

സഭ കൈ കഴുകുന്നു
കഴുകനൊരെണ്ണം കവളം മടലേലിരുന്ന്
ചിരിക്കുന്നു; നഖം മൂർച്ച കൂട്ടുന്നു

കോഴിക്ക് മൊല വന്നേ.....
നാഴികമണി മണി മുഴക്കുന്നു
അത് കേട്ട കാട്ടിലെ നരികൾ കൂവുന്നു
നാരികൾ നാണിച്ച് പോയെന്ന്..
മൊലവന്നേൽ കോഴിക്കൊരു തട്ടം
വേണമെന്നൊരു കൂട്ടർ
മൊലയൊണ്ടേൽ ദൈവവിളി
വരുമെന്ന് കൂട്ടർ
മൊലവന്ന കോഴി നൈഷ്ഠിക
ബ്രഹ്മചര്യം മുടക്കുമെന്നൊരു കൂട്ടർ

കൂട്ടർ അടിയായ് വെട്ടായ് കുത്തായ്
മലയടിവാര ഗ്രാമത്തിലൊരുപാട്
തലകളുരുണ്ടു...
കഴുകക്കൂട്ടങ്ങൾ വരവായി...

മൊലവന്ന കോഴീടെ ബിരിയാണി
പൊളിയെന്ന് ഖാദറും കണാരനും
കോണകൻ പറമ്പിലെ
വരത്തൻ മത്തായിയും.

○○

3

വറുതിയുടെ കാലം

ഒരു കാറ്റടർന്ന് താഴേക്കു വീഴുന്നു
ശിഖരങ്ങളോരോന്നൊടിഞ്ഞുതൂങ്ങി
ആത്മഹത്യ ചെയ്യുന്നതറിയുന്നെങ്കിലും
നിർവികാരയാണ് മരം

ഒരു കിളിക്കൂട് അലങ്കോലമായി
കാറ്റിൽ പറന്നുനടക്കുന്നു
രണ്ട് കിളിമുട്ടകൾ നിലത്തുവീണ്
പൊട്ടിച്ചിതറി മരിച്ചുപോകുന്നു

കൂടുകൾ തകർന്ന നീറുകൾ
വീടിനായ് പരക്കം പായുന്നു
വേടൻ രുചിച്ച് തിന്നുന്ന
തള്ളക്കിളിയുടെ
തൂവലുകൾ കരയുന്നതു നോക്കി
തന്തക്കിളി പറക്കുന്നു

ഉറക്കം നഷ്ടപ്പെട്ട വവ്വാലുകൾ
പ്രാകിപ്പറക്കുന്നു
ഒഴിഞ്ഞുപോയ തണല് തേടി
യുവമിഥുനങ്ങൾ നടന്നകലുന്നു

ജരാനര ബാധിച്ച പ്രേമം വളകിലുക്കം
നിലച്ച് മരിച്ച് കിടക്കുന്നു
വരൾച്ചയിൽ മരച്ചുപോയ മരങ്ങൾ
നിഴല് പോലെ നിൽക്കുന്നു

ഒറ്റക്കമ്മൽ

ഉറവയിലൊടുങ്ങിപ്പോയ പുഴ
നരച്ചുണങ്ങിയ നഗ്നവേശ്യപോൽ
നീണ്ട് നിവർന്നു കിടക്കുന്നു
കടലിപ്പോൾ കാറ്റ് കയറ്റുമതി
ചെയ്യുന്നില്ല
തെരുവ് ശൂന്യമാകുന്നു

വലിച്ചുകൂട്ടിയിട്ടിരിക്കും
ശവശരീരങ്ങൾക്കിടയിൽ ഒരു
കുഞ്ഞിൻ കരച്ചിൽ കേൾക്കുന്നുണ്ടോ?
അഥവാ ഉണ്ടെങ്കിൽത്തന്നെ
കേൾക്കുവാനാരുണ്ട്?
കവികളൊക്കെ പണ്ടേ
മരിച്ചു പോയല്ലോ.

4
ഇരുട്ടിലേക്കൊരു വാതിൽ

ഇരുട്ടിലേക്കൊരു വാതിൽ
തുറക്കുന്നു
ഇരുണ്ട പൊത്തുകളിലൊളിച്ചിരുന്ന
മിത്തുകൾ
ദുഷിച്ച മാലിന്യ ലാവയായ്
ഒലിച്ചിറങ്ങുന്നു

കരൾ മാന്തിക്കീറി രക്തം
കുടിച്ചു ജീവിച്ച ചെന്നായ്ക്കൾ
പടിക്കലെത്തിക്കുരയ്ക്കുന്നു

മേൽക്കൂര പൊളിഞ്ഞ വീട്ടിലെ
കാർന്നോർ കാർക്കിച്ച് ചുമച്ച്
തുപ്പി മുറ്റം മലിനമാക്കുന്നു

ശാസ്ത്രമതല്ലതിനു മേൽ
വിശ്വാസമെന്ന് പുലമ്പുന്നയാൾ
വിഷം വിളവെടുക്കാൻ പാകമായെന്നൊരു
വാൾവായ്ത്തല ചിരിച്ച് ചൊല്ലുന്നു

മതിഭ്രമങ്ങളിൽ ഭ്രമിച്ചു പോയൊരു
ജനതതി തരിച്ചുനിൽക്കുന്നു
ഉറക്കമാണിപ്പോഴുമവർ

ഒറ്റക്കമ്മൽ

മതം മദവളമിട്ടു വളർത്തി
വർഗ്ഗീയത അവനെയും നിന്നെയും
അപരനാക്കി ചതിച്ചു കൊല്ലുന്നു

കളിചിരി വർത്തമാനങ്ങൾ
കളഞ്ഞുണരുക
മതവർഗ്ഗീയത നിന്റെ
ഗളത്തിലാണുന്നം പിടിക്കുന്നത്

മതി സങ്കട കടങ്കഥകൾ
വർഗ്ഗീയത മതരഥം വലിക്കുന്നു
അളിഞ്ഞയാചാര സംരക്ഷകപ്പരിഷകൾ
ഉറഞ്ഞു തുള്ളുന്നു

നീയിനിയും ഉറക്കത്തിലോ സഖാവേ...

ഠഠ

5
ചിതയുടെ കാവൽക്കാരൻ

ചിതയുടെ കാവൽക്കാരനെപ്പോഴും
ചിരിയാണ്
ചിലനേരമൊക്കെ പാതികരിഞ്ഞ
മുടികൾ പാറി വന്നയാളുടെ
മുഖമൊക്കെ മൂടാം
ചില മുഖങ്ങൾ മുറിച്ചിട്ട കരച്ചിലും
കേൾക്കാം

അനുഗമിച്ചെത്തിയോർ
'വാ... പോകാം' പറഞ്ഞ്
പിരിയുമ്പോൾ ചില ശവങ്ങൾ
മുഖം ചെരിച്ച് നോക്കാറുണ്ട്
ചില ശവാത്മഗതങ്ങൾ ഇങ്ങനെയും
'ഹും സ്നേഹമില്ലാത്ത ശവങ്ങൾ'

ഒരു പാട് കാലം പുണർന്നുമ്മ
വച്ചയാളകലേക്ക് നീങ്ങി മറയുമ്പോൾ
'പോകയോ?'
ചില ശവമുഖങ്ങളിൽ സങ്കടം
ബന്ധ ബന്ധനമൊഴിയുമ്പോൾ
ചില നെടുവീർപ്പുകൾ കാവൽക്കാരനെ
പൊറുതിമുട്ടിക്കാറുണ്ട്
ചിലപ്പോൾ
അറുതിയാകാത്ത പ്രണയം വിങ്ങാം..

ഒറ്റക്കമ്മൽ

ഒരു ചാറ്റൽ മഴയിൽ നനയുന്നിണയുടെ
മുഖത്തേക്കയാൾ നോക്കില്ല
വിജനമാകുന്ന ശാന്തികവാടം
വിരസമാകുന്ന കാഴ്ചകൾ
പതിവായിക്കാഴ്ചകളൊടുവിൽ
ഒരു പിടി ചാരം മാത്രമെങ്കിലും
ചിതയുടെ കാവൽക്കാരനെപ്പോഴും ചിരിയാണ്

ഒരു ജവാൻ റമ്മും
പഴകിയ നാരങ്ങാ അച്ചാറും
ചിത മാത്രമാണ് സത്യം
അയാളെപ്പോഴും ചിരിക്കുന്നു.

○○

6
തീവണ്ടിയാപ്പീസിൽ

ആളൊഴിഞ്ഞയീ തീവണ്ടിയാപ്പീസിൽ
മൂകമായ് ഞാൻ നിൽക്കുന്നതെന്തിനോ
നേരമായിട്ടുമെത്താത്ത തീവണ്ടി, തീ
നിറയ്ക്കുന്നു, ഇന്നെന്റെയാധിയിൽ

കാലമേറെ കഴിഞ്ഞു ഞാനിന്നലെ
മേളമൊക്കെ നിലച്ചൊരാ രാത്രിയിൽ
നീ വരുന്നുണ്ടെന്നെൻമനം മന്ത്രിച്ചു
ആശയാലിന്നീ തീവണ്ടിയാപ്പീസിൽ

ചക്രശ്വാസങ്ങൾ കേൾക്കുന്നതേയില്ല
നഗ്നവേശ്യ പോൽ പാളം കിടക്കുന്നു
ആരവമില്ലാത്ത തീവണ്ടിയാപ്പീസിൽ
ഞാനൊരുത്തൻ മാത്രമായെന്തിനോ

കാറ്റ് പോയ ബലൂൺ പോലെ ജീവിതം
ആറ്റ് നോൽക്കുവാൻ സ്വപ്നങ്ങളില്ലിനി
പേടിയാകുന്നു ആരൊരുവൾ ഭീതിയാൽ
മൗനിയായൊരു മൂലയിലേകയായ്

ആകെ ദേഹംമൂടി കീറിയ ചേലയാൽ
നാറ്റമടിക്കുന്നു നരച്ച നാ കാവലായ്
ഈച്ചയാർക്കുന്നു ചുറ്റിലുമീർപ്പനിൽ
നൂറുനൂറ് പുഴുക്കൾ പരതുന്നു

ആര് നീ രാത്രിയിലൊറ്റയ്ക്കിരിക്കുന്നു
പേര് ചൊല്ലുമോ രാവാണ് സൂക്ഷിക്ക
നാവവൾക്കില്ലേ കാതുമടഞ്ഞുവോ ചേല
മാറ്റി നോക്കി ഹാ! നൊന്ത് പോകുന്നല്ലോ

ഒറ്റക്കമ്മൽ

ഏറെനാളുകൾ ഞാൻ കാത്തിരുന്നവൾ
മൺപുറ്റുകൂടു പോലെ പൊടിയുന്നു
കാലമേറെ കാത്തിരുന്നവളാപ്പീസിൽ
ഞാൻ വരില്ലെന്നോർത്ത് മരിച്ചതാം

കാത്ത് കാത്തിരുന്നെന്നെ കാണാതവൾ
ഓർത്തെഴുതിയ വാക്കും വരികളും
കീറിപ്പൊടിഞ്ഞ കടലാസതിൻ ചീളുകൾ
നീളേ നിരന്നു കിടക്കുന്നു മുന്നിലായി

കാത്ത് ഞാൻ വെച്ച കവിത മറിഞ്ഞു
  പോയി
നേർത്ത് നേർത്തെന്റെയൊച്ച നിലച്ചു
  പോയി
സ്നേഹരാഹിത്യമീ ജീവിതം തീർന്നും
  പോയി
നാമറിഞ്ഞീല നമ്മെ പരസ്പരം

ആളൊഴിഞ്ഞയീ തീവണ്ടിയാപ്പീസിൽ
മൂകമായ് ഞാൻ നിൽക്കുന്നയീ നേരം
നേരം തെറ്റിയ, ഒരു നീള തീവണ്ടിച്ചൂളം
പാളം വിറപ്പിച്ചു പാഞ്ഞുപോകുന്നിതാ

പൊട്ടിത്തവിട് പൊടിയാകുമെൻ പ്രിയയെ
തട്ടി വാരിക്കൂട്ടി സഞ്ചിയിലാക്കി ഞാൻ
ഒട്ടു നേരമിതൊക്കെ നോക്കിനിന്ന നായ്
അറ്റു വീണൊരു വിരലെല്ല് തിന്നുന്നു

മൃത്യുവെത്തി വിഴുങ്ങുന്നതിൻ മുന്നേ
ഒന്നു സ്നേഹിച്ച് ചുംബിക്കാൻ പറ്റാതെ
കെട്ടുപാടുകൾക്കുള്ളിലകപ്പെട്ട
മർത്ത്യജീവിതം ഹാ, മഹാ കഷ്ടം!

OO

7
ഒറ്റക്കു നിൽക്കുന്ന കുട്ടി

ഒറ്റക്കു നിൽക്കുന്ന കുഞ്ഞേ
നിനക്കിന്ന്
ചിത്തത്തിലെന്താണ് ചിന്ത

എത്രയോ നാളായി നിന്നെ ഞാൻ
കാണുന്നീ
മൂടൊന്ന് കീറിയ നിക്കറും കോലവും

ചപ്രത്തലമുടി വെട്ടാത്തതെന്ത്
നിനക്ക്
അച്ഛനുമമ്മയുമില്ലേ?

ദാഹപരവേശ കണ്ണുനീരാധികൾ
ഭാവം
പരിഭ്രമമാണല്ലോയെപ്പോഴും

അത്താഴമൊന്നും കഴിക്കാത്ത നീ,
ഈ വെയിൽ നിന്നെ
നക്കിത്തുടക്കുന്നുവല്ലോ

എത്രയോ പേർ നിന്നെ കൈവീശി
യാത്രായായി
കത്തും വെയിൽ നിന്റെ കൂട്ടുകാരൻ

ഒറ്റക്കമ്മൽ

എത്ര കൊടുംമഴമഞ്ഞ് തണുവിൽ
നീ
നഗ്നപാദത്താൽ തപസ്സ് പോലെ

നക്ഷത്രമാകേണ്ട നീയീ
നഗരത്തിൽ
കെട്ടവിളക്ക് പോലല്ലോയിപ്പോൾ

കഷ്ടം നഗരമേ......
എങ്ങനുറങ്ങും നീ കെട്ട
ജന്മങ്ങൾ തണുപ്പിൽ വിറക്കുമ്പോൾ

ചിത്തത്തിലെന്താണ് കുഞ്ഞേ
ചിരിക്കു നീ
എന്റെ മുറ്റം മുറിയും നിനക്കുള്ളതല്ലേ.

8
സംവരണം

കരചരണങ്ങളറ്റ് തളർന്നുപോയൊരു
സമൂഹം
വിയർത്തും വേച്ചും നീങ്ങുമ്പോൾ
ഇരിക്കാനൊരു കല്ല്
ഭാരം താങ്ങാനൊരു ചുമട് താങ്ങി
അതായിരുന്നെടോ സംവരണം

കഞ്ഞിയും കരിക്കാടിയും
കുടിച്ചും കുടിക്കാതെയും
അന്തിയായാലും വെന്ത് പോയൊരു
ദേഹവുമായി മണ്ണിനോട് മല്ലിട്ട്
ദണ്ണം വരുമ്പോളൊന്ന് തൊള്ളപൊട്ടി
പൊട്ടിക്കരയാൻ പോലുമാകാതെ
നിന്ദ്യരായ് പോയൊരു ജനതയുടെ
പിൻതലമുറയൊന്ന് നേരെ
നിൽക്കാനുള്ളൂന്നുവടിയായിരുന്നെടോ
സംവരണം

നല്ലനേരം നോക്കി കഞ്ഞിവെച്ച്
കാട്ട് ചേന ചേമ്പുകളും കാട്ട് വള്ളിക്കിഴങ്ങുകളും മാന്തിമാന്തി
ചുട്ടും ചുടാതെയും തിന്ന്തിന്ന്
വിശപ്പാറ്റിയുമാറ്റാതെയും തോറ്റുപോയ കാർന്നോന്മാരുടെ
പിൻതലമുറയ്ക്ക്
ഒരത്താണിയായിരുന്നെടോ സംവരണം

ഒറ്റക്കമ്മൽ

എന്ത് ഹീനമായിരുന്നെടോ അക്കാലം
നീചജാതി കുട്ടികൾ
സ്കൂളിലെത്തും നേരം
സ്കൂള് കത്തിച്ചാർത്തട്ടഹസിച്ച
മേലാള വർഗ്ഗമേ
എങ്ങനെയൊക്കെയോ
തോറ്റുതോറ്റു പഠിച്ചുവന്ന
അപകർഷ സമൂഹത്തിന്
താങ്ങായിരുന്നെടോ സംവരണം

അക്ഷരം പഠിക്കുന്ന ശൂദ്രന്റെ
കാതിലീയമൊഴിക്കുവാൻ കാത്തിരിക്കും
വേദസൂക്തങ്ങളുള്ളയീ നാട്ടിൽ
ദൃഷ്ടിയിൽ പെട്ടാലും ദോഷമുള്ളോർ
അക്ഷരമെന്തെന്നറിയാതെ
അർത്ഥമെന്തെന്നറിയാതെ
അർത്ഥമില്ലാതെ ജീവിച്ച ജനത

അവരെ
പൊതുവഴിയിൽ നിന്നാട്ടിയോടിച്ച നാട്
നാട് നീങ്ങിപ്പോകാത്ത
കാടനാചാരങ്ങളുള്ള നാട്

ഞങ്ങളൊന്ന് നേരെ നിൽക്കുവാൻ
നോക്കുമ്പോൾ
ഇന്നുള്ളതൊക്കെ വിറ്റ്തുലച്ച്
ഉള്ളതൊക്കെ സ്വകാര്യവൽക്കരിച്ച്
ഉള്ള ജോലി പ്രതീക്ഷകൾ നഷ്ടമാക്കി
വിദ്യയെല്ലാം കാശുള്ളോർക്ക് മാത്രമാക്കി
വീണ്ടും ഭൂതകാലത്തിലേക്ക്
ഞങ്ങളെ ആട്ടിയോടിക്കുന്ന
ഭീകര ഫാസിസ്റ്റ് ഭരണമേ

നൊന്തുവെന്ത് വേർത്ത് ജനതയെ
നിന്റെ ചെങ്കോൽ കാട്ടി

നിന്റെ ചീഞ്ഞ മന്ത്രോച്ചാരണങ്ങൾ കേൾപ്പിച്ച്
നിന്റെ ചാഞ്ഞ കോടതിവിധികളിലൂടെ
ഇല്ലയില്ല, ഞങ്ങളനുവദിക്കില്ല
വേണ്ട വീണ്ടും മനുസ്മൃതി ഭരണം

തമ്പുരാക്കന്മാർ ദൂരെ നിന്നേ
വന്ന് ചേരുന്ന ഹോയ്ഹോയ്
ചെത്തം കേൾക്കുമ്പഴേ
മുള്ളുകാട്ടിൽ കാട്ട്പൊന്തയ്ക്കുള്ളിൽ
ശ്വാസമടക്കി പേടിച്ചുപോയ
വല്യപ്പന്മാരുടെ പിൻതലമുറയ്ക്ക്
വേണ്ടടോ ഇനിയുമൊരു
മനുസ്മൃതി ഭരണം

ഞങ്ങൾക്ക് വേണ്ടതിന്ത്യൻ
ഭരണഘടന
വേണ്ട വേദം വേണ്ട നിന്റെ വേദാന്തം
വേണ്ടെടോ നിന്റെ രാമരാജ്യവും

OO

9

മഴേ നിന്നെ ഞാൻ കാത്തിരിക്കുന്നു

മഴേ നിന്നെ ഞാൻ കാത്തിരിക്കുന്നു
നിന്നോട് ചിലതൊക്കെ
പറയാനുണ്ടാർന്നു..

പണ്ട് നീയെന്റെ പോരേലൊക്കെ രാത്രി
പെയ്തിറങ്ങി ചിരിച്ചതൊക്കെയും
ഞാൻ മറന്നിട്ടില്ലടോ..

ഉടുത്തും പുതച്ചും ചവുട്ടിക്കീറിയ
ആ ഒറ്റക്കൈലി നീ നനച്ചതും
ഞാൻ മറന്നിട്ടില്ലടോ..

പിന്നെ..
വെയിലിനോടൊപ്പം നീ തിമിർത്ത്
പെയ്തപ്പോൾ കുറുക്കക്കല്യാണം
നടന്നതോർമ്മയുണ്ടോടോ

വരിക്കപ്ലാവിന്റെ ശിഖരമൊടിച്ചപ്പോൾ
നിന്നെ നശൂലമെന്ന് പ്രാകി മുത്തശ്ശി
ശപിച്ചതോർക്കുന്നുണ്ടോടോ

മഴ നനഞ്ഞെന്റെ കുഞ്ഞിന്
പനി പിടിക്കുമെന്നോർത്ത്
ചേർത്തുപിടിച്ചെന്നെ കരിമ്പൻതോർത്താൽ
തോർത്തി മൂർദ്ധാവിൽ മുകർന്നയെന്നമ്മയെ

ഒരു മിന്നൽപ്പിണർ പായിച്ച് നീയെരിച്ചു തീർത്തതും
മറന്നു പോയോടോ

ഒരു മഴക്കാലമെന്റെ ചൊറിയൻ
ചേമ്പിലക്കുട തട്ടിക്കളഞ്ഞട്ടവൾ തൻ
ചോരുംകുട പകുത്തെന്നെ ചേർത്തുപിടിച്ച്
ഇടിഞ്ഞ കയ്യാലച്ചെരുവിലിലയനക്കം
പോലും നിലച്ച നേരമവളുടെ
മുലക്കണ്ണെൻ പരുക്കൻ നെഞ്ചിലുരഞ്ഞപ്പോൾ
നീ തിമിർത്ത് പെയ്തത് മറന്നുപോയോടോ

മഴേ... അവളിപ്പോളെവിടെയാരുടെ
കാമുകിയതോ ഭാര്യയതോ
വിലാപത്തെരുവിലോയതോ
കണ്ണീർക്കടലിലോയതോ
ജീവിതത്തിരവിഴുങ്ങിയോ?

അടുത്ത കർക്കടകം പെയ്യാൻ
നീ വരുമ്പോളവളുടെ വേർപ്പിൻ ഗന്ധം
കൂടെ കൊണ്ടു വരണമേ..
മഴേ നിന്നെ ഞാൻ കാത്തിരിക്കുന്നു..

ഠഠ

10

ബസ്സ്റ്റാന്റിൽ

ഒറ്റയ്ക്കൊരുത്തനീ ബസ് സ്റ്റാന്റിലിങ്ങനെ
ചിത്തഭ്രമത്താലിരിക്കുന്ന നേരം
ഒപ്പമിരിക്കുന്ന യാത്തിറക്കാരീ
നിന്റെ ചിത്തത്തിലെന്താണ് ചിന്ത.....

നട്ടുച്ച നേരം നടുവ് കഴച്ചും
മുട്ടിലെ തേയ്മാന രാശി ചിരിച്ചും
നട്ടം തിരിയുന്ന ജീവിതപ്പാതയിൽ
ഒപ്പത്തിനൊപ്പമായ് കൂടുന്നോ നീയും

ഒട്ടും ചിരികളില്ലാത്ത ജീവിതം സ്വപ്ന-
ങ്ങൾ കൊത്തിപ്പറിക്കുന്ന നിദ്രകൾ
ഉഗ്രമാം വാൾത്തല രാകുന്നതാരോ
മൃത്യു ചിരിക്കുന്നീ രാവോ ഭയാനകം

ഓർമ്മക്കിറുക്കുകൾ ബാക്കിയാം യാത്ര-
യിൽ തീർത്ഥമായി നീ കൂടെപ്പോരുമോ..
യാത്ര നിർത്തിയ ലാസ്റ്റ് ബസ്സിനായി
കാത്തിരിക്കുന്നതെന്തിനു വ്യർത്ഥമായി

വാഹനവ്യൂഹം കിതയ്ക്കും വഴികളിൽ
നാമിടതടവില്ലാതെ പായുന്നതെന്തിനോ
പാറിപ്പറക്കുന്നു ഹാ സഖേ മുടിയിഴ
വെക്കമൊതുക്കുക പോകുക നാമിനി

ഒറ്റക്കമ്മൽ

ഒട്ടു ശോഷിച്ചു നിൻ കരതലങ്ങൾ...
തെറ്റിപ്പിണഞ്ഞുക്കിടക്കും ഞരമ്പുകൾ
നിൻ കരമെന്നിൽ ചേർത്തേ പിടിക്കുക
ചൂടോന്നറിയട്ടെ ഞാനതിൻ വേവും...

ഒന്നു തടവിയതിൻ പ്രതല ഭൂമികയിൽ
നിന്നെ ഞാനൊന്നറിയട്ടെ ആ സ്നേഹ
പ്രവാഹത്തിൻ ചൂരൊന്നറിയട്ടെ...
സ്നേഹമേ...മിത്രമേ..പോരുക, പോരുക

നാം മാത്രമാകുന്ന രാവുകൾ
രാവും വെളിച്ചവും കോൾമയിർ കൊള്ളട്ടെ
ഭോഗനിലങ്ങളൊരുങ്ങട്ടെ
കാടായ മാനസം, കീറട്ടെ നെഞ്ചകം.

എത്ര സമൃദ്ധമായ് പൂത്തൊരു വാക
നീയെത്ര നിറങ്ങൾ പൊഴിച്ച വസന്തം നീ
നക്ഷത്രമൊക്കെയടർന്നു വീഴുന്നു
ഹാ വെക്കം പുണരാമിനിയും പൂക്കട്ടെ നീ..

ഒറ്റയ്ക്കൊരുത്തനീ ബസ് സ്റ്റാന്റിലിങ്ങനെ
ചിത്തഭ്രമത്താലിരിക്കുന്ന നേരം
ഒപ്പമിരിക്കുന്ന യാത്തിറക്കാരീ
നിന്റെ ചിത്തത്തിലെന്താണ് ചിന്ത...

00

11
ഒറ്റക്കമ്മൽ

പാതിവെന്ത ഉറക്കം ഉപ്പ് നോക്കാതെ
അടുപ്പിൽ നിന്നും വാങ്ങിവെച്ചിരിക്കുന്നു...

പാർവ്വതാഗ്രത്തേക്ക് യാത്രപോയ
ഒരു ഹിമമനുഷ്യൻ
പാതിയായ യാത്രയെ പ്രാകി
ഉടഞ്ഞ സ്വപ്നങ്ങൾ
താഴ്വാരത്തിലേക്ക്
എറിഞ്ഞുകളയുന്നു..

ഇണയറ്റ് പോയ ഒരൊറ്റക്കമ്മൽ
വഴിയോരം നിറം മങ്ങി ചളുങ്ങി
ചതുപ്പിൽ തണുത്ത് ചിണുങ്ങുന്നു..

ഒറ്റക്കമ്മലിന്റെ ഇണ,
ഛേദിക്കപ്പെട്ട കാതിനൊപ്പം ഒരു
കാട്ടുകുറുക്കന്റെ ഭോജനമായിരിക്കുന്നു

മഴ കരയുന്നുണ്ട്
കാതറുത്തപ്പോൾ വായ്ത്തല
തലയോട്ടിയിൽ തട്ടി വേദനിച്ചെന്ന്

പൂജ ചെയ്യാത്ത ആയുധങ്ങൾകൊണ്ട്
കാതറുക്കുമ്പോൾ
മരാ മരാ മരാന്നങ്ങനെ
ചൊല്ലിക്കൊണ്ടേയിരിക്കണം

ആചാരങ്ങൾ കടുകിടെ
തെറ്റാൻ പാടില്ല്യാന്ന്.....
ചൊന്നയാൾ കുടുകൂടാ ചിരിക്കുന്നു

ദാ ദൂരേന്നൊരു പാട്ട് കേൾക്കുന്നു

'....ഒരിക്കൽ മാത്രം വിളികേൾക്കുമോ
ഗദ്ഗദമായൊരു പാഴ്സ്വരമായ്
ഒഴുകിവരുന്നൂ ഞാൻ
ഒരിക്കൽ മാത്രം വിളികേൾക്കുമോ
ഒരിക്കൽ മാത്രം...'

അരുതേ പാട്ടുകൾ......
വയ്യാ...... കേൾക്കാൻ
ഒറ്റക്കമ്മലുള്ള കാതിനാധി...

പുത്തൻവ്യാധികൾ കലിതുള്ളി
ഭജനസംഘത്തോടൊപ്പം പുഴതാണ്ടി
വരുന്നുണ്ട്..
ആയുധധാരികളായ അവരും
മരാ മരാ മരാ മരാന്നങ്ങനെ ചൊല്ലുന്നുണ്ട്..

ഒറ്റക്കമ്മലുള്ള കാതിന് പേടി
കണ്ണിന് പേടി, ഒന്ന് മൂടിക്കെട്ടോന്ന്
കയ്യും തലയും
വെളിയിലിടരരുതെന്ന് കാറ്റ്
ഒരു വിഷപ്പുക ആകാശത്തൂന്ന്
താഴേക്കൂർന്ന് വരുന്നു
മരാ മരാ മരാ മരാ

൦൦

12
അച്ഛനമ്മ

പഞ്ഞമാസത്തിലെയമ്മയെ
ഓർക്കുമ്പോൾ കഞ്ഞിവെള്ളത്തിലെ
വറ്റാണോർമ്മയിൽ,
ഒത്തിരി വെള്ളത്തിനിടയിലെയിത്തിരി
വെൺവറ്റുപോലൊത്തിരി സങ്കട-
ത്തിരകളിലുലയാത്ത വഞ്ചിയാണവൾ

മുണ്ടിനീരും കരപ്പനും ശൂലയും
പിള്ളവാതവും വാതപ്പരുക്കളും
എന്നു വേണ്ട കണ്ടുകാണാത്തയാധി
വ്യാധികളൊന്നുമേൽക്കാതെ നല്ല
തങ്കക്കുടം പോലെന്നെ കാത്തുപാലിച്ചോൾ

കണ്ട സ്വപ്നങ്ങളും കാണുവാനുള്ളതും
നെഞ്ഞ്മുറിയിലെ മുറിവിലൊളിപ്പിച്ച്
ദൂരെയെങ്ങോ വെളിച്ചമുണ്ടെന്നും
നീ നീന്തിനീന്തിക്കുഴഞ്ഞാലും
ഞൊണ്ടിഞൊണ്ടിത്തളർന്നാലു-
മെങ്ങുമെത്താതെ നിർത്തല്ലേയെന്ന്
ചൊല്ലിച്ചൊല്ലിക്കരഞ്ഞവൾ
അന്നു രാത്രി, പകലും കടന്നുപോയ്.

പിന്നെയെത്രയോ കാലം
വെടിപ്പൊഴിഞ്ഞ മുറ്റത്തെ

ഒറ്റക്കമ്മൽ

കലക്കവെള്ളത്തിൽ കണ്ണാടി നോക്കി
കദനമൊക്കെ ചാലിച്ച് കണ്ണെഴുതി
നനഞ്ഞ വിറകടുപ്പിൽ ഊതീയൂതി
കണ്ണ് വീർത്ത് കരഞ്ഞുപോയപ്പോഴും
മുഷിഞ്ഞുകീറിയ മുണ്ടിൻ
കോന്തലയിൽ കണ്ണീരൊളിപ്പി-
ച്ചെന്നെ നോക്കി ചിരിച്ചുനിന്നവൾ

ഇന്നു രാത്രിയിടവം പെയ്യുമ്പോൾ
നെഞ്ചിലാണമ്മ കഫക്കെട്ടു പോൽ
വിങ്ങുമോർമ്മയിൽ കണ്ണീരു കലക്കി
കഞ്ഞി കോരികുടിപ്പിച്ചിമ്പമായ്
പിഞ്ഞിക്കീറിയയുടുപ്പ്
തുന്നിയെന്നെ ചേർത്തുപിടിച്ച്
ഹായെന്റെയുണ്ണിക്കിതെന്ത്
ചേർച്ചയെന്നു ചൊല്ലി കെട്ടിപ്പുണർന്ന്,
കണ്ണുനീരാലെൻ പുറം നനയിച്ച
എന്റെ അമ്മതൻ വേദന
കണ്ടതില്ലെന്ന് ഭാവിച്ച് ഞാൻ
കണ്ടമതിൽ വരമ്പിൽ നിന്ന്
കണ്ണുനീർ പൊഴിച്ചപ്പോൾ
ഇങ്ങു വാടാ മോനേയെന്ന് വിളിച്ച്
പുറംതടവി നെഞ്ചിലേക്കെന്നെ
കുടിയിരുത്തിയ-എന്റെയമ്മക്ക്
ഇല്ല, വേണ്ട കണക്കു വേണ്ട,
എന്റെയമ്മയെന്റേതു മാത്രം.

പണ്ട് രാത്രിയിൽ പെയ്തയിടവങ്ങളെ
വീടിനുള്ളിലെ
കുഞ്ഞ്കഞ്ഞിക്കലത്തിലും
കരിക്കറിച്ചട്ടി മറ്റു പാത്രങ്ങളിലും
മാറ്റിമാറ്റിപ്പിടിച്ച് കാത്തു
സൂക്ഷിച്ചോരമ്മയെ പേർത്തും
പേർത്തും ഓർത്തുകൊണ്ട്
വിങ്ങിനീറി കിടക്കുന്നു ഞാൻ.

ഒറ്റക്കമ്മൽ

എന്റെ സ്വപ്നങ്ങൾക്ക് സ്വസ്തിയില്ല, ഇല്ല
നല്ല സുഷുപ്തി, കുന്നിറങ്ങി പോയതാണച്ഛൻ.
കണ്ട കാർമേഘകൂട്ടങ്ങളോടൊക്കെ
കണ്ടുവോയെന്നച്ഛനെയെന്ന് ചോദിച്ച്,
നിന്നിടുമ്പോളെൻ നിഴൽ ചിരിക്കുന്നു.

ഇന്ന് ഞാനെൻ
നിഴലിനെ നോക്കുമ്പോൾ
നിർന്നിമേഷനായ് നിൽക്കുന്നുവച്ഛൻ
എന്റെ മോനെന്റെമോനെന്നു ചൊല്ലി-
നിഴലെന്റെ മേലേ തഴുകുന്നു
ഇന്നു രാത്രിയിടവം തീരില്ല,
നിന്നും പെയ്യും തുലാമഴക്കുള്ളിൽ
വിങ്ങുമമ്മയെന്നച്ഛനവരുടെ
നൊന്ത് വേവാത്ത സ്നേഹം, പരിഭവം
ഒക്കെയാണീയിടിമുഴക്കങ്ങൾ.

ഒട്ടു ഞാനൊന്ന് നനഞ്ഞിടട്ടെ
ഈ മഴയെന്റെ
മേലച്ഛനമ്മയായി കുളിരായിടട്ടെ.

ᴑᴑ

13
അടുപ്പുകല്ല്

(ശവടക്കാൻ ഇടമില്ലാതെ അടുപ്പുകല്ല് പിഴുത് അവിടെ അടക്കിയ വാർത്തകൾ നാം കേട്ടിട്ടുണ്ട്, അതേ പോലെ സ്വന്തം വീട്ടിൽ നിന്നും പൊതു ഇടത്തിലേക്ക് ഇറങ്ങാൻ വഴി ഇല്ലാത്ത കുടുംബ ങ്ങളെയും കുറിച്ച് നാം കേട്ടിട്ടുണ്ട്)

അടുപ്പ് കല്ലൊന്നു പൊളിച്ചു
മാറ്റണമമ്മയെ അടക്കണം
പിന്നേ........
അടക്കിപ്പിടിച്ചേ കരയാവൂ
അടുത്ത വീട്ടുകാരറിയേണ്ട

അടുപ്പ് കല്ലിളക്കുമ്പോളനല്പ
ശ്രദ്ധ കൊടുക്കണേ, ചിലപ്പോൾ
ഒരിക്കലും ചിരിക്കാത്തപ്പന്റെ
ചിരിക്കും തലയോട്ടി കാണുമേ.
കഴിഞ്ഞ കർക്കടകത്തിലപ്പൻ
ഇടിച്ചുകുത്തിപെയ്യും പെരുമഴേ-
ത്തടയ്ക്കാ വാതിൽപ്പടിയിലിരുന്ന്
അടയ്ക്കാ ഇടിച്ചിടിച്ച് കാലിപ്പൊകല
കൂട്ടിത്തിരുമ്മിത്തിരുകി നാക്ക് ചുഴറ്റി
നീട്ടിത്തുപ്പി പറഞ്ഞ പഴങ്കഥ വീണ്ടും
വീണ്ടും പറഞ്ഞു പറഞ്ഞ് തന്നമ്മ,
വഴിയില്ലാതായിപ്പോയൊരു ജീവിതം
വഴിയാധാരമായ ജീവിതം പായൽ
പിടിച്ച കുത്ത്കല്ലിറങ്ങി റോഡിലെ-
ത്താനായി വഴിയൊന്നുമില്ലാതെ
വടികുത്തിപ്പിടിച്ചടുത്ത ജന്മിതൻ
കയ്യാല കവച്ചു ചാടുമ്പോളൊരു

ഒറ്റക്കമ്മൽ

പാഴ്ജന്മ ഫലശ്രുതി വെറുതേ
പാമ്പ് പോൽ പെരുവഴി നടന്നേ തീരുക.
കരിമോന്തക്കാരൻ കരിമാക്കാൻ
കണ്ടാൽ കുറച്ചിലായി,അതുപിന്നെ
പുകിലാകും പുക്കാറാകും
മഴുവെറിഞ്ഞ് കേരളം സൃഷ്ടിച്ച
പരശുരാമാ, നീ കുറേ വഴികൾക്ക്
വേണ്ടിയും മഴുവെറിയാഞ്ഞതെന്തേ?

വഴിരഹിതയിടങ്ങളിൽ ചതുപ്പ്
ചാണകക്കുഴിയിടങ്ങളിൽ രണ്ടോ
മൂന്നോ സെന്റ് നിലങ്ങളിൽ ചിതറി
ജീവിക്കുന്ന ജീവശ്ശവശരീരങ്ങൾ,
മരിച്ചു പോയെന്നാലടക്കുവാനിട-
മില്ലിരുട്ട് പൂക്കുന്ന രാത്രികൾ,
തിരുട്ട് നോട്ടങ്ങൾ, ചുവന്ന് കണ്ണുകൾ,
പനിപ്പകലുകൾ, കൊരകൊരാ കൊരച്ചു
തീരുന്ന നരച്ച ജന്മങ്ങൾ...

മരിച്ചു പോയമ്മയിടയ്ക്കിടെ
ചിരിക്കുമായിരുന്നു മുഴുഭ്രാന്തിൽ
മുഴങ്ങുമച്ചിരിയിനിയില്ല മുഷിഞ്ഞജീവിതം
നരകയാത്രക്കൊരുക്കമായി...
അടുപ്പ് കല്ലൊന്നു പൊളിച്ചു
മാറ്റണമമ്മയെ അടക്കണം
പിന്നേ........
അടക്കിപ്പിടിച്ചേ കരയാവൂ
അടുത്ത വീട്ടുകാരറിയേണ്ട

ഒടുക്കമെമ്മ പറഞ്ഞിതിത്രമാത്രം,
കറുത്ത കൊടിച്ചിയെത്തിയാൽ
മീങ്കറിച്ചട്ടീൽ കൊറേ വറ്റിരിപ്പൊണ്ട്
കുറച്ച് കഞ്ഞിവെള്ളം കൂട്ടിക്കലക്കി
കൊടുക്കണേയതെന്നെ തേടുമ്പോൾ...

○○

14
വരൂ

വരൂ, വരൂവെന്ന് ഞാൻ
വിളിക്കുമ്പോഴെന്നും
വരാം, വരാമെന്നു പറഞ്ഞവൾ.
ഒരിക്കൽപ്പോലും
വരാതിരുന്നവൾ...

വരും വരുമെന്നോർത്ത്
വരാന്തയിൽ ഞാൻ
നനഞ്ഞൊടുങ്ങി പകൽ
പനിച്ച് കാത്തിരുന്നവൻ,
നിഴൽ മരിച്ചപ്പോൾ തനിച്ചായിപ്പോയവൻ...

ഇടവഴിയിറക്കത്തിലെ
ചെറു ചലനം പോലും
ഉള്ളിൽ മിടിപ്പു കൂട്ടുമ്പോൾ
ചിരിച്ച്,
ചിരിയതങ്ങനെ കരച്ചിലായി മാറി
പിന്നെ, കതകടച്ചു തന്നത്താൻ
കരഞ്ഞു തീർത്തു ഞാൻ..

പടിക്കപ്പുറമുള്ള
വേലിപ്പടർപ്പിലായി
ചാഞ്ഞൊടിഞ്ഞ വാഴക്കൈ
ഇളംകാറ്റിൽ മെല്ലെ
ഇളകിയാടുമ്പോൾ...

ഒറ്റക്കമ്മൽ

എന്റെ തിമിരക്കണ്ണിലെ
മങ്ങുമിരുണ്ട കാഴ്ചയിൽ
അത് നീ തന്നെയെന്ന് നിരീച്ച്
ഉടഞ്ഞുപോയ കണ്ണാടിത്തുണ്ടിൽ
ഇടക്കിടക്ക് നോക്കിച്ചിരിച്ച്
ചുണ്ട് നനച്ച് നിനച്ചിരിക്കുമ്പോൾ...

അത് നീയല്ലെന്നറിയുമ്പോൾ
അരളിച്ചോട്ടിൽ ചെന്നിരുന്നു
മുറിഞ്ഞ പുഴുവിനെ വലിച്ചു
നീങ്ങുമുറുമ്പിനോട് വഴക്കടിച്ച്
തിരിച്ച് വന്നെന്റെ ചാരുകസേരയിൽ
ചടച്ചുറങ്ങുന്ന കുഞ്ഞിപ്പൂച്ചയെ
തഴുകി ഹാ.... വരുംവരുമെന്ന്
നീയെന്തിനായ് പറയുന്നു സഖീ..

വരികയാണെങ്കിലോ
ഒന്നു കാണാമതത്രേ കരുതി ഞാൻ..
ഒന്ന് തഴുകിടാമല്ലോ...

എവിടെവെച്ചാണ് നാം
എന്തിനായിരുന്നു നാം
വെറുതേ ഒന്നുംരണ്ടും ചൊല്ലി
വഴക്കുണ്ടാക്കിപ്പിരിഞ്ഞ്
പിൻവാങ്ങി നടന്നകന്നത്..

കരിഞ്ഞു പോയ യൗവ്വനം
നിറഞ്ഞു പോയ
നെടുവീർപ്പിന്റെ ഹുണ്ടിക,
വരികയാണ് ഹാ..
വരികളായ് സ്വപ്നങ്ങൾ,
ബലികളായ സ്വപ്നങ്ങൾ.

ചിലന്തി കാവൽ നിൽക്കും
ചിതലടുപ്പുകൾ

ചിരി മുഴങ്ങാത്ത മുറിയിടങ്ങളിൽ
തളർന്ന മുയൽ പോലെ
ഞാൻ മയങ്ങിടുമ്പോഴും
നീ വരും വരുമെന്ന്
നിരൂപിച്ചിരുന്നു ഞാൻ..

വരൂവരൂവെന്ന് ഞാൻ
വിളിക്കുമ്പോഴെന്നും
വരാംവരാമെന്ന് പറഞ്ഞവൾ
ഒരിക്കൽ പോലും
വരാതിരുന്നവൾ...നീ
ഒരിക്കൽ പോലും
വരാതിരുന്നവൾ...

ഒരിക്കൽ നീയെത്തും
ഞാൻ വിളിക്കാതെ തന്നെ
പടിക്കലെത്തുമ്പോൾ
പണ്ട് നാമിരുന്ന പടവിൽ
പണ്ട് നാമിരുന്നിടത്തൂന്ന് നോക്കും,
നമ്മുടെ പഴേ സൂര്യൻ
നിന്നെ നോക്കിച്ചിരിക്കും
പണ്ട് നീ കുലുങ്ങിക്കുലുങ്ങി
ചിരിച്ചതുമോർക്ക..
ആ കഴിഞ്ഞ കാലങ്ങൾ
കരഞ്ഞേ ഞാൻ തീർത്തു...

○○

15

സത്രത്തിലൊരു രാത്രി

വരുന്നുണ്ടന്തിയാകുമ്പോൾ പകൽ
പലവഴിക്കും പിരിഞ്ഞുപോയവർ,
പകലിന്റെയുപ്പുമുഷ്ണവും അഴുക്കും
മെഴുക്കുമുരച്ച് നാറ്റംകളഞ്ഞ്
പുണരുവാൻ പുകയ്ക്കുവാൻ
വരുന്നുണ്ടന്തിയാകുമ്പോൾ.
പകലുരിഞ്ഞു പോയ മാനമത്
മറയ്ക്കാൻ, ഒളിക്കാൻ
ഇടമില്ലാത്തവർ വരുന്നു
സത്രത്തിലൊരു തുടം റം തേടി.

പകൽ നിരത്തിൽ കുഴഞ്ഞു വീണവർ
അധമരശ്ലീല തെരുവ് ഗായകർ
വരിയുടക്കപ്പെട്ട ജീവിതം
മുലമുറിഞ്ഞവളച്ചോരയാലിന്ന്
മദനകവിത മഹാകാവ്യമാക്കിയോൾ
ഇവിടെ സത്രത്തിലിന്നു ഞാനെത്തുന്നു
അവളെവിടെപ്പോയി പണ്ടെന്റെ
രാവുകൾ തിരിയണച്ചെന്നെ
തീക്കുണ്ഡമാക്കിയോൾ...
കഥകഴിഞ്ഞെന്നോ! ആരോ
കടിച്ചു കീറിത്തിന്നെന്നോ! ഹാ,
പുഴുവരിച്ചു തീർന്നോ! പറക നീ വേഗം,
അണഞ്ഞണഞ്ഞുകത്തും വിളക്കുമായ്

വിറവിറച്ചിരിക്കും കറുത്തകാവൽക്കാരാ..
കറുത്തകാവൽക്കാരാ..പണ്ട്
കഥ പറഞ്ഞ്, നീ കടല തന്ന്
ചുണ്ടിലൊഴിച്ച ചാരായമണമിന്നുമുണ്ട്
അവളെ നീ കണ്ടോ? ഒടുക്കമെങ്ങാനും
നടുക്കമില്ലെന്റെ മനസ്സിന്നു പാകം,
ദുരന്തങ്ങൾ കാണുവാൻ കേൾക്കുവാൻ
അടുക്കലല്ലോയെന്റെയൊടുക്കവും.
ചു ച്ചു ച്ചു ച്ചുവതേ.. ആ പഴമ്പല്ലി തന്നെ
ഉച്ചത്തിൽ ചൊല്ലുന്നു സത്യം, കടുപ്പം
അവളവളൊടുങ്ങിപ്പോയേ..ആ..
ഉടലുകീറിയഴുതയാറിലൊഴുകിപ്പോയേ..

ഇളകിയാടിത്തൂങ്ങും പഴേ ഫ്രെയ്മിൽ
നരച്ച താടിയുള്ള ചടച്ച ദൈവത്തെ മാറ്റി
ചിരിച്ച് വില്ല് കുലയ്ക്കും
പുതിയ ദൈവമോ രാമാ രഘുരാമ രാമ..
കറുത്ത കാവൽക്കാരാ നീയു-
മറിഞ്ഞുകൊണ്ട് തന്നെയീ രാമരാമക്കളി
കറുത്ത കാവൽക്കാരാ ഞങ്ങൾ
കഴുവേറികൾ
വരുന്നുണ്ടന്തിയാകുമ്പോൾ
പലവഴിക്കും പിരിഞ്ഞുപോയവർ..

ഇലപോലെ പാറി, പല നാട്ടിലൂടലഞ്ഞ്
പതയും പതവും വന്നവർ
ഒരു തുണ്ട് തുണിയിൽ മറയാത്ത
നാണമുരിഞ്ഞ് ചുരമാന്തിമാന്തി
പൊളിഞ്ഞ യോനീമുഖവുമായ്,
ഒടുങ്ങാത്ത നീറ്റലിൽ പിടഞ്ഞും
കരഞ്ഞും പുഴുത്ത നായ് പോലെ
ഏറുകൊണ്ടേറുകൊണ്ട് കിതച്ചു
പോയവർ വരുന്നുണ്ടന്തിയാകുമ്പോൾ
പലവഴിക്കും പിരിഞ്ഞുപോയവർ..

ഒറ്റക്കമ്മൽ

ഇടങ്കയ്യിൽ കഞ്ചാവ്, വലംവിരലാൽ
ഞെരുടിത്തെറുത്തേറ്റമൂക്കോടെ
പുകയൂതിയൂതി ചുമച്ചുംകിതച്ചും
പുലരുവോളം പുലയാട്ടുമായി
കൊടിച്ചിത്തെരുവിലെ കൂത്തച്ചികൾ
വരുന്നുണ്ടന്തിയാകുമ്പോൾ

വരുന്നുണ്ടന്തിയാകുമ്പോൾ,
ചോറ്റില നക്കി നടന്ന ചാവുകൾ
ഒരുചുരുൾപ്പുക, കാത്തുടം റം,
ഒരു ചുണ്ടുകോട്ടി പുച്ഛച്ചിരി,
അതുമാത്രം മതി ചാവുകൾക്ക്
അരനേരമെങ്കിലും ശാന്തി
ലഭിക്കുവാൻ...

കഥയുണ്ടോ കാവൽക്കാരാ
നിൻ കയ്യിലിരുൾ മൂടുമീ സത്രത്തിൽ
ഇരതേടിയെത്തുന്ന
നരിച്ചീറുകൾ പോൽ ഞങ്ങൾ
അറിയുന്നുവോ നീ
ഇരുട്ടാണിനി ഞങ്ങൾ മോന്തിക്കുടിക്കുക
ഇറുകെ കണ്ണടയ്ക്കുന്നു ഞങ്ങൾ
വിഷം തിന്നുതിന്ന് പകലുമിരവും
പരസ്പരം കുത്തിക്കുടലെടുത്തും
വടിവാളിനാൽ വെട്ടിത്തലയറുത്തും
ഇരുട്ടാണിനി വാഴ്വ്
ഇരുട്ടിലേക്കുള്ള യാത്രയ്ക്ക് കൂട്ട്
സനാതനം തല പെരുത്തുപെരുത്ത്...
ഒടുക്കം കൂട്ടമരണ മണിമുഴക്കങ്ങൾ

ഹാ.. സത്രം സൂക്ഷിപ്പുകാരാ
അറിയുന്നുവോ നീയിതുവല്ലതും?
ഗതിയറ്റ് പോയ സത്രത്തിൽ
മതിയറ്റ് പോയവർ ഞങ്ങൾ..

16
രാവാണെനിക്കിഷ്ടം

രാവാണെനിക്കിഷ്ടമാരുമേ
കാണാതെ കണ്ണുനീർ തൂകുവാൻ...
രാവാണെനിക്കിഷ്ടം
ആളൊഴിഞ്ഞയീ
സാഗരതീരവും ഞാനും
നോവു പരസ്പരം പങ്കിട്ടു
ദൂരെക്കിഴക്കിനെ നോക്കി
നെടുവീർപ്പിടുമീ രാവാണെനിക്കിഷ്ടം

നാളെയാണല്ലോ പുലരി,
പുതുഹർഷ വേളയാണല്ലോ,
ഇരവിനു ശേഷം മേളമാക്കുവാൻ
കീറിയജീവിതം തുന്നുന്ന
മാനവനേറെ പ്രതീക്ഷകൾ
നൽകി കാത്തിരിക്കുന്നോരീ
രാവാണെനിക്കിഷ്ടം

നാളയെപ്പുൽകുവാൻ
പുതുലോകഗാനം രചിക്കുവാൻ
പാടവരമ്പത്തെ ചെളിയിൽ
താഴ്ത്തപ്പെട്ട പിതാക്കന്മാരുടെ
കണ്ണുനീർ കൊണ്ടൊരു ഗാഥ രചിക്കുന്ന
ഈ രാവാണെനിക്കിഷ്ടം

ഒറ്റക്കമ്മൽ

രാവാണെനിക്കിഷ്ടം നങ്ങേലി
നിന്നുടെ മാറിലെച്ചോരയാൽ
നീ കുറിച്ചിട്ട പാട്ടുകൾ പാടുന്ന
ഈ രാവാണെനിക്കിഷ്ടം

ആയിരമായിരം
സംവൽസരങ്ങളായി
അക്ഷരമറിവു തടഞ്ഞ് മനുജനെ
നിത്യാടിമത്തത്തിലേക്കു
തള്ളിവിട്ട സനാതനവാദികൾക്ക്
നേരെ നിർദ്ദയം ചൂണ്ടുവിരൽ
ചൂണ്ടുവാൻ ധൈര്യം പാർന്ന
അംബേദ്കറെയും
ശ്രീനാരായണ ഗുരുവിനെയും
അയ്യങ്കാളിയെയും
സഹോദരനയ്യപ്പനെയും
തന്തൈപ്പെരിയോറെയും
ധീര രക്തസാക്ഷികളെയും
സ്മരിക്കുന്നയീ രാവാണെനിക്കിഷ്ടം
ഈ രാവാണെനിക്കിഷ്ടം..

ഈ നരകവർത്തമാനത്തിൽ
തോളോടുതോൾചേർന്ന്
പടപ്പാട്ടുകൾ പാടി
യാതനാരാവുകൾക്കറുതി
വരുത്തുവാൻ
പോരിനായ് നേരിനായ്
നാമൊത്തുകൂടുന്ന
ഈ രാവാണെനിക്കിഷ്ടം..

○○

17
പരട്ടജന്മങ്ങൾ

(എല്ലാ നഗരങ്ങളിലും കാണും, എങ്കിലും ഇതെഴുതാൻ എനിക്കു പ്രേരണയായത്, ബാംഗ്ലൂരിൽ ഒരു പൊതുമേഖലാ ബാങ്കിന്റെ ശാഖാമാനേജർ ആയി ജോലിചെയ്യുമ്പോൾ കണ്ട, നഗരത്തിൽ പല ഭാഗങ്ങളിലും തിങ്ങിപ്പാർക്കുന്ന കുറേ മനുഷ്യരാണ്. മൈസൂർ, മാൻഡ്യ, തുടങ്ങി പലയിടങ്ങളിൽനിന്നും വന്ന് അൻപതും അറുപതും വർഷമായി താമസിക്കുന്നവരുണ്ട്. ആധാർ കാർഡോ തിരിച്ചറിയൽ രേഖകളോ ഒന്നുമില്ലാത്ത ഇന്ത്യൻപൗരർ. അവരോട് ഇടപെട്ടപ്പോളാണ് ഇന്ത്യയുടെ യഥാർത്ഥ മുഖം ഞാൻ കണ്ടത്. നാം ദാരിദ്ര്യം, മതിൽകെട്ടി തുടച്ചുനീക്കാൻ മിടുക്കർ ആണല്ലോ.)

വെളിച്ചമാണെവിടെയും
പക്ഷേ, ഇരുട്ടുപൂക്കും പട്ടണം
അവിടെ ഇരുട്ടുകൊണ്ടോട്ടയടച്ചു
ജീവിച്ചു കുറേ പരട്ട ജന്മങ്ങൾ.

തെളിയാ വെള്ളത്തിൽ കണ്ണീർ
കലക്കിക്കഞ്ഞിവെള്ളമായ്
കുടിച്ചുപാർത്തൂ പരട്ടകുട്ടികൾ.

നഗരപ്രാന്തമതിൽ മലം കണക്കെ
വന്നടിഞ്ഞുകൂടി ചെറു
കൂടാരങ്ങളുയർത്തി
പരട്ടപ്പിശാചുക്കൾ

ഒറ്റക്കമ്മേൽ

തെരുവ് കുപ്പ, കൂന ചികഞ്ഞു
ചീഞ്ഞളിതൊക്കെ തിന്നുചീർത്ത്
മദിക്കുന്നിവരും മർത്ത്യർ!

മുതുകിൽ വാളാൽ മുറിവ് പറ്റിയോർ
ചിലർ മുടന്തു കാലുള്ളോർ
കൈകളൊടിഞ്ഞു പോയവർ
പിന്നെയിഴഞ്ഞും നിരങ്ങിയും
മരിച്ചു ജീവിക്കുന്നോർ...

അഴുക്കു ചാലിലെ കുത്തൊഴുക്കിൽ
മുങ്ങിമുടിഞ്ഞു പോയവർ.

പാത്രം കഴുകിയും
കുപ്പകൾ വാരിയും തീട്ടംകോരിയും,
ചെളി, ചപ്പുചവറുകൾ
തൂത്തുതുടച്ചുമഷ്ടിക്ക്
അർത്ഥം കണ്ടെത്തിയോർ.

ചിലരധോലോകത്തിൻ
നിണച്ചുവപ്പുകണ്ടറപ്പു മാറിയോർ
ചിലർ, അറവുശാലയിൽ
ഹോട്ടലടുക്കളയിൽ പിന്നെ
തെരുവുതെണ്ടികൾ, വേശ്യകൾ
ചിലരാത്മാവിൽ ഭ്രാന്തിനഭയം കൊടുത്തവർ
പഠിപ്പില്ലായറിവുമില്ലാ
മഹാനഗരഞരമ്പുകളിൽ
പടർന്നു പന്തലിച്ചർബുദപ്പൂക്കൾ.

എവിടെനിന്നെന്തിനെവിടേയ്ക്ക്
അറിയില്ലെന്തിനോ വേണ്ടി
പെറ്റുംപെരുകിയുംതമ്മിൽ
തലതല്ലിച്ചത്തും കൊന്നുംപുഴുവരിച്ചും
എരിഞ്ഞു തീരുന്നവർ.

ഒറ്റക്കമ്മൽ

ഇവർ നഗരഭംഗിയ്ക്ക് കളങ്കം,
വെളുത്തഭിത്തിയിൽ കറുത്തപാടുകൾ
നശൂലങ്ങളപശകുനങ്ങൾ.

അവർ മനുഷ്യരല്ലേ?
അല്ലെന്നവർ പറയുന്നു
ഭരണകൂട വർഗ്ഗം..
അവർപ്പരട്ടക്കൂട്ടങ്ങൾ

തല തിരിഞ്ഞൊരു
ഭരണകർത്താവ് മതിലുകൾ
കെട്ടിത്തിരിച്ചവരെ വഴിയടച്ചവരെ
നടന്നുകൂടാ നഗരത്തിൽ
അവർ മുടിഞ്ഞ രാശിയിൽ
പിറന്ന കോലങ്ങൾ
പരട്ട ജന്മങ്ങൾ.

○○

18
കാകവൃത്തം

ഞെട്ടിത്തരിക്കുന്നു കാകൻ, താൻ
കൊത്തിവലിക്കും ശവം ചിരിക്കെ
മൊട്ടിട്ടു വന്ന പ്രണയമതിനെയും
കൊത്തിനുറുക്കി സദാചാര നാറികൾ

ദൈവമേ കൈതൊഴാം
കേക്കുമാറാകണം,
കാക്കുമാറാകണമങ്ങനെ
നിത്യവും പ്രാർത്ഥിച്ചുപ്രാർത്ഥിച്ച്
തൻമനം ശുദ്ധമാക്ക്യോൾ..

ഹാ മൃത്യുവെ പുൽകി കിടക്കുന്നു
നഗ്നം നടുറോഡിലിതെന്ത് ലോകം
നഗ്നമാം മേനിയിൽ കീറിപ്പറിഞ്ഞതാം
മേൽവസ്ത്രങ്ങളങ്ങിങ്ങ് മാത്രമായി...

ഹാ.. മർത്യാ നീയെത്ര മ്ലേച്ഛൻ
ശവപ്പറമ്പിൽമേവും കഴുകനോ നീ
കീറിപ്പറിഞ്ഞതാമീ പെൺശവത്തെയും
നീ, ഭോഗിച്ച് ഭോഗിച്ച് ദാഹം ശമിപ്പിപ്പൂ..

കാകനവളുടെ കൺകളിൽ നോക്കവേ
നീല നക്ഷത്രമൊന്ന് ഹായ് പറഞ്ഞോ
നേരുകേടിന്റെയാ ചേരിപ്പുറമ്പോക്കിൽ
നീ കളിക്കുന്നു കാലം, നീയും ദുഷ്ടൻ

കാലകത്തിപ്പകുത്ത് പകുത്തപ്പോൾ
നാരുപോലങ്ങനെ കീറിപ്പോയോൾ
നാലാള് ഭോഗിച്ചു നായ്
പിന്നെയും നക്കി
കാലനെപ്പോലും കരയിച്ചതിന്നവൾ
ഇന്നിതാ നായും നരിയും
കാമപ്പിശാചും നക്കി നക്കിത്തുടയ്ക്കുന്നു
കാലിടുക്കിലെ ചോര കാമഗന്ധം

ഞെട്ടിത്തരിക്കുന്നു കാലനും
കണ്ണീര് തൂവുന്നു
ഞെട്ടിത്തരിഥുന്നിതാ ഥാഥൻ
താൻ, കൊത്തിവലിക്കും ശവം ചിരിക്കെ

ഉൾത്തുടിപ്പാണോ ശവച്ചുണ്ടിലെയാച്ചിരി
അതോവതീ നന്ദിയില്ലാത്തൊരീ
നാടിനെ നോക്കിയാക്കിച്ചിരിച്ചതോ

ഠഠ

19
ഓണമായല്ലോ പെണ്ണേ...

(2023 മെയ് മാസം 29നു ഭാര്യ മരണപ്പെട്ടതിനു ശേഷം ആദ്യ ഓണത്തിന് എഴുതിയത്)

ഓണമായല്ലോ പെണ്ണേ വാ
നമുക്കൊരൂഞ്ഞാലു വേണ്ടേ
നാളെയാണല്ലോ കണ്ണേ, നീ
ഉണരാത്തതെന്തേ

അത്ര സമൃദ്ധി
വൃദ്ധിയില്ലായിരുന്നെങ്കിലും
കുഞ്ഞുശോകങ്ങൾ
മറക്കുവാൻ മായ്ക്കുവാൻ
നാമശോകമരത്തണലിലിരുന്ന്
കണ്ട സ്വപ്നങ്ങളാണിന്ന്
ബാക്കിയും സാക്ഷിയും

ഞാൻ കൊണ്ടുവന്ന
ചെണ്ടുമല്ലിയൊക്കെ വാടി ഹാ,
നൊന്തുപോകുന്നല്ലോ നീ
കൺതുറക്കാത്തതെന്തേ

നീ കൺതുറക്കാത്തതെന്തേ
നാമെത്രയത്തപ്പൂക്കളമിട്ടയീ മുറ്റം
എത്രയലങ്കോലമിന്ന് മൃത്യു
നീയെത്ര ഭീകരൻ!

ഒറ്റക്കമ്മൽ

എന്തിനായിരുന്നെടോ
കണ്ടുകണ്ടാ കാഴ്ചകളൊന്നും
കണ്ടുതീരുന്നതിൻ മുൻപ്
എന്റെ പെണ്ണിനെ കൊണ്ടുപോയത്
മന്ദമാരുതാ നീയും
മിണ്ടിയില്ലല്ലോ മരണം വരുന്നത്
ഇന്നും പൂക്കുന്ന മുല്ലയും വാകയും
അന്ന് നീ നട്ട ജമന്തിയും തെച്ചിയും
കണ്ണു പോലെ നീ
കാത്തുപാലിച്ച ചെത്തിയും
മണ്ണിലായ ഹാ, നിന്നെ നോക്കി
കണ്ണുനീർ തൂവുന്നു മൃത്യു
നീയെത്ര ഭീകരൻ.

അന്തിയാകുമ്പോഴെങ്കിലും ഞാനെത്തും
എത്തുമെന്നോർത്തെത്രയോണ നാൾ
കാത്തിരുന്നവൾ വന്നിതായെത്തിയോണ-
മോമനേയൊന്നുണരണേ നോക്കണേ

ഇല്ലേയോണം പടിക്കപ്പുറം
വന്നെത്തിനോക്കുന്നു മാവേലി
കണ്ടതില്ലല്ലോയോളെ പാതാളത്തിൽ
കൊണ്ടുപോയോ മാരുതായോളെ നീ
സ്വർഗ്ഗസീമ ചക്രവാളത്തിൽ

ഇല്ല മാവേലിയവൾ ഇല്ല വരില്ലിനി
വന്നുപോകൂ നീ വെറുതേ എങ്കിലും
കണ്ണുനീരാലൊരുക്കാം
ഞാനുള്ളകാലമിനി പൂക്കളം
വന്നുപോകൂ നീ മാവേലി,
വെറുതേയെങ്കിലുമോണമല്ലേ നിന്റെയാ
മഹാബലി മറക്കുവതെങ്ങനെ.

ഠഠ

20
കവിതകൾ കൊണ്ടിനിക്കാര്യമില്ല

കവിതകൾ കൊണ്ടിനിക്കാര്യമില്ല
കവചിത വാഹനങ്ങൾ പായുമ്പോ-
ളടച്ചിട്ട മുറിയിലിരുന്നേകനായ്
കവിത മുരണ്ടിട്ടു കാര്യമില്ല

വയൽകളിൽ വിത്തെറിഞ്ഞ് വിശപ്പു
കൊയ്യുന്ന കർഷകനെ കാണാതെ
നുകത്തിൽ കന്നിനൊപ്പം കഴുത്ത്
നീട്ടി കന്നിനെപ്പോലെ ജീവിച്ചോന്റെ
കുഞ്ഞുമക്കൾ പണ്ട് വാണ തമ്പുരാന്റെ
കൊച്ചുമോന് താലമേന്തി
സ്കൂൾവളപ്പിൽ നിന്നു വെയിലു
കൊണ്ട് വാടിടുമ്പോൾ
കവിതകൾ കൊണ്ടിനി കാര്യമില്ല....*

കവിതകൾ കൊണ്ടിനി കാര്യമില്ല
നെഞ്ഞ് കീറി മാറ് കീറി മാനം കീറി
മാനാഭിമാനങ്ങൾ കീറി ചേല കീറി
ചേല് കീറി കൂർത്ത കൊമ്പല്ലിനാൽ
കുടല് കീറി പാഞ്ഞ് പാഞ്ഞെത്തും
ബുൾഡോസറിനാൽ കൂര കീറി
ഹാ.. മണിപ്പൂർ നിന്റെ ചോര വീണെന്റെ
ജാലകത്തുണി ചുവക്കുമ്പോൾ

ഹോ.. ഹരിയാനാ, അന്തിയായാൽ
തല ചായ്ക്കുവാനുള്ള
ചേരിയിടുക്കിലെ കുഞ്ഞ് കൂര
കത്തിയാളുമ്പോൾ**

ഹേ, മഥുരേയേത് വേണുഗാനമാണ്
പാടിടുന്നത്
ഇക്കിടപ്പാടങ്ങളൊക്കെയിടിച്ച്
നിരത്തപ്പെടുമ്പോൾ***

കവിതകൾ കൊണ്ടിനിയെന്ത് കാര്യം
തെരുവിലാണ് കവിയിനി നിന്റെ
കവിതകൾ വിരിയേണ്ടത്

കണ്ടുവോ കവീ, നീയാ ഗുരുവിനെ
ഇരുട്ടു വ്യാപിപ്പിക്കും ഗുരുവിനെ
ഒരു കുരുന്നിനെ കൂട്ടുകാരാൽ
അടിച്ചും തൊഴിച്ചും വംശീയവെറി
പഠിപ്പിക്കും ഗുരുവിനെ****

കവിതകൾ കൊണ്ടിനിക്കാര്യമില്ല
കവചിത വാഹനങ്ങൾ പായുമ്പോ-
ളടച്ചിട്ട മുറിയിലിരുന്നേകനായ്
കവിത മുരണ്ടിട്ടു കാര്യമില്ല.
കവികളേ കലാകാരന്മാരേ
തെരുവിലേക്കു വരൂ..
ഇതാ ചക്രവാളങ്ങളിൽ
അടിയന്തിരാവസ്ഥ പൂക്കുന്നതു കാണാം.

** കേരളത്തിൽ രാജഭരണസ്മരണയെപ്പുണരുന്നവർ (2023 ഓണക്കാലം).*
*** ഹരിയാനയിലെ നൂഹിൽ 2023-ൽ നടന്ന ഇടിച്ചു നിരത്തലുകൾ.*
**** അയോദ്ധ്യക്ക് ശേഷം മഥുരയിൽ അരങ്ങേറുന്ന സംഭവങ്ങൾ (2023).*
***** യു.പി. മുസഫർ നഗർ ഒരു സ്കൂളിൽ മുസ്ലിം വിദ്യാർത്ഥിയെ മറ്റ് വിദ്യാർത്ഥികളെക്കൊണ്ട് തല്ലിപ്പിക്കുന്ന അദ്ധ്യാപിക (2023).*

21
ഓട്ടട

ഇന്നെന്റെ സ്നേഹിത രാവിലെ
കള്ളച്ചിരിയുമായെത്തി
കയ്യിലെ പാത്രത്തിലോട്ടട..
ഓട്ടയില്ലാത്തൊരു ഓട്ടട
കണ്ടപ്പോൾ പണ്ടെന്റെ
കീശതൻ ഓട്ടയെ ഓർത്തു ഞാൻ

അമ്മയുമോർമ്മയിൽ
അടുപ്പിലെ തീയൂതിയൂതി
കണ്ണും മനവും
കലങ്ങിയെന്നെ നോക്കി
കണ്ണടയ്ക്കാതെ ചിരിച്ചതുമോർക്കുന്നു..

അന്ന്, പറമ്പിലാപ്ലാവിൻ ചുവട്ടിലായ്
മണ്ണു കുഴച്ചോട്ടട ചുട്ടതുമോർക്കുന്നു
ഇന്നെന്റെ സ്നേഹമാം സ്നേഹിതേ,
നീയുമെനിക്കൊരോട്ടട പോലെ

കണ്ടാലൊട്ടൊരു കടുപ്പവും ഭാവവും
അത്ര ഭംഗിയുമില്ലെന്ന് തോന്നലുമെങ്കിലും

ഹാ ഉള്ളിലായെത്ര മധുരമൊളിപ്പിച്ചു നീ
നിന്നെ നെഞ്ചോട് ചേർക്കുന്നു
നീയെന്റെ ശക്തിയും മുക്തിയും

നേരാണ് നിന്നെ മണ്ണാൽ കുഴച്ചു
വിണ്ണിന്റെ ഭംഗിയും ചേർത്ത്
കൺകളിൽ താരകളൊട്ടിച്ച്
ആരാണ്, ഏതു നേരത്താണു നിന്നെ
എന്നാരാധനാലയത്തിൽ
പ്രതിഷ്ഠിച്ചതു സ്നേഹമേ...

ഇന്ന്, നീയെന്റെ തേരാണ്, നേരുകേടിൽ
നീയൊരു നെരിപ്പോടുമാണ്
ചാരേ നീയില്ലെങ്കിലും
നീ മാത്രമാണെന്റെ ജീവന്റെ സാക്ഷ്യം.

ഓട്ടകൾ വീണതാണെങ്കിലും
സ്വപ്നങ്ങൾ തേച്ചുമിനുക്കി
വെളുപ്പിച്ചോട്ടുവിളക്കും തെളിച്ചിരിപ്പൂ
സ്നേഹമേ സ്നേഹിതേ, നിന്നെ
സ്നേഹിച്ചുസ്നേഹിച്ച് തീരാതിരിക്കട്ടെ

ഓട്ടടയെന്നെ നോക്കിച്ചിരിക്കുന്നു
ഓട്ടക്കണ്ണാൽ ദേ, അവളും...

OO

22
എല്ലാം മറക്കുക

എല്ലാം മറക്കുക,
നീ വന്ന വഴികളും നിൽക്കും തറയും,
നിന്റെ അപ്പനപ്പൂപ്പന്മാരെ ചേറിലും
പുഴയിലും കുളത്തിലും ചവുട്ടി
താഴ്ത്തിയതും ഒക്കെയും മറക്കുക,

നിന്റെ വല്യമ്മമാരുടെ മുല,
നിന്റെ അപ്പനപ്പൂപ്പന്മാർ
കടിച്ചും കുടിച്ചും പിടിച്ചും
ചിലപ്പോളതി മോഹമായ് പ്രണയിച്ചും
അത് മറയ്ക്കാൻ കരമൊടുക്കേണ്ടി
വന്ന ദുരന്തജീവിതം,

അടിമപ്പെണ്ണിനെ തിരിച്ചറിയാൻ
കല്ലും കുപ്പിച്ചില്ലും മാല ധരിക്കേണ്ടി
വന്ന വല്യമ്മമാരെ,
ഒക്കെയും മറക്കുക,
മുല മുറിച്ച നങ്ങേലിയെയും മറക്കുക,

കുഴികുത്തി കഞ്ഞി വിളമ്പിയത്
കുടിക്കാൻ കുനിഞ്ഞപ്പോൾ
മുതുകിൽ ചവുട്ടി ചുടുകഞ്ഞിയിൽ
മുഖംകുത്തി വീണ
പ്രപിതാമഹാന്മാരെയും മറക്കുക

ഒറ്റക്കമ്മൽ

നായ നടക്കും വഴികളിൽ
നടക്കാനാവാതെ,
ഹോയ്ഹോയ് വിളി കേൾക്കുമ്പോൾ
ഇല്ലിമുൾക്കാട്ടിൽ ചാടിയൊളിച്ചതും
ദേഹം, മുള്ളിനാൽ വരഞ്ഞുകീറി
നീറി വേദനിച്ചതും മറക്കുക,

ഗുരുവിനെ മറക്കുക
അയ്യങ്കാളിയെ മറക്കുക
കണ്ടൻ കുമാരനെ മറക്കുക
പണ്ഡിറ്റ് കറുപ്പനെ മറക്കുക
പൊയ്കയിൽ അപ്പച്ചനെ മറക്കുക
അംബേദ്ക്കറെ മറക്കുക
ഭരണഘടനയും മറക്കുക,

എല്ലാം മറന്നാൽ നിനക്ക്
ഉന്നത പദവികൾ അവാർഡുകൾ,
പാരിതോഷികങ്ങൾ
മറക്കുന്നില്ലെങ്കിൽ നിന്നെ
ദേശവിരുദ്ധൻ ആക്കും
ഭൂതകാലങ്ങളെ സ്മരിക്കുന്നവൻ
ഹിന്ദുവിരുദ്ധൻ ആക്കും..

ഉദയനിധി സ്റ്റാലിൻ ഒരു തുടക്കം മാത്രം..
അംബേദ്കർ കത്തിച്ച
മനുസ്മൃതി.. ഇപ്പോഴുമിവിടെ
വിഭജനം വിതയ്ക്കുന്നു...
എല്ലാം മറക്കുമോ നീ?
മറക്കാൻ പാടില്ല

മനുസ്മൃതി, സ്മൃതി നുണഞ്ഞ്
ഒരുകൂട്ടം അവിടവിടങ്ങളിൽ
പതുങ്ങിയിരിക്കുന്നുണ്ട്..
അവരെ തിരിച്ചറിയുക..

○○

23
പ്രാർത്ഥന

രഘുരാമ നിന്നെ ഞാൻ പ്രാർത്ഥിച്ച്
പ്രാർത്ഥിച്ച് വഴിയോരം നിൽക്കുമ്പോൾ
വഴിവക്കിലുടനീളമസംബന്ധം
കബന്ധങ്ങൾ കാണുന്നു.

നീയറിയാതെയല്ല പൊരുളറിയാതെയല്ല
അലമുറ കേൾക്കാതെ പിന്നെയും
നിന്നനുയായികൾ ചിന്തതൻ
തലവെട്ടിവെട്ടി രസിക്കുന്നു

അരുതരുതെന്ന് നീ പറയുന്നതില്ല
കനിവൊന്നുമില്ല
ഇനിയെന്റെ തല നിന്റെ വാളിന്റെ
മുനയിൽ രഘുരാമ രാമരാമ

രഘുരാമ രാമ
ഇവിടുണ്ടോ പുത്തനരുണോദയങ്ങൾ
കനവുണ്ടോ കണ്ണിലലിവുണ്ടോ

ഇവിടെ രാപ്പക്ഷി പാടാൻ മറക്കുന്നു
ഒരു ഗുഹാമുഖം തുറക്കുന്നന്ധകാരത്തിൽ
ഉടൽ വരഞ്ഞുവരഞ്ഞ് കൊല്ലപ്പെട്ട സത്യം
ചുടലയിലിതാ തേങ്ങുന്നു
രഘു രാമ രാമ
പുലയാട്ട് പാട്ടൊരുപാടു കേട്ട
പൊലയാടി മക്കൾ തിരിയിട്ട് കുമ്പിട്ട്
പരമാർത്ഥമറിയാതെ പ്രാർത്ഥന
കദനവും കണ്ണീരുമൊഴിയാതെ
അടുപ്പൊന്ന് കൂട്ടിയും പൊങ്കാലയിട്ടും

ഒറ്റക്കമ്മൽ

പരിദേവനങ്ങൾ പ്രാർത്ഥിച്ചുപ്രാർത്ഥിച്ച്..
ഫ്ഫാ....പരിഹാരമോ അതു മാത്രമില്ല

പലനാൾ കേട്ട പുലഭ്യങ്ങളൊക്കെ-
യമൃതായി സേവിച്ച്
മതിവരുവോളമരക്കെട്ടിളിക്കി, കുഴഞ്ഞാടി
കുംഭഭരണിയിലെന്ന പോൽ
മയിൽപ്പീലിക്കാവടിയാടുന്ന
പുലയന്റെ മക്കൾ, പറയന്റെ മക്കളേ
പുലഭ്യപ്പുലപ്പാട്ട് കേട്ടു മതിയായതില്ലേ

നടുവൊരുപാടു കൂഞ്ഞി
കുഴിക്കഞ്ഞി മോന്തിക്കുടിച്ച്
കരിക്കാടി വെള്ളം കോരിക്കുടിച്ച്
ഇപ്പോൾ രഘുരാമ രാമ
അറിയാതെ തുള്ളുന്നവർ നിൻ തുടിക്കൊപ്പം
ഇനിയേതു ജന്മമവർക്കു സ്വസ്തി

ഇനിയേത് ജന്മമെനിക്കു സ്വസ്തി
ഇവിടെന്റെ മക്കൾക്കുടയാടയുണ്ടോ
ഉറങ്ങാനുമുണ്ടോയിടം
ഇടം വലമെന്നെ ഞെരുക്കി
ഉടയാടയില്ലാത്തവർക്കൊപ്പമീ
തെരുവിൽ കറങ്ങിയും കിറുങ്ങിയും
ഹാ, പരിഹാസ ജീവിതം..

ഒരിടത്തുമില്ലൊരിടവും തല ചായ്ക്കാൻ
തെരുവോരത്തന്തിയുറങ്ങുന്നയിന്ത്യ
അതിഭീതിയൊഴിഞ്ഞൊന്നുറങ്ങുവാൻ
ഇനി ഞങ്ങളെന്തു വേണം
രഘു രാമ രാമ നിന്നെ ഞാൻ
പ്രാർത്ഥിച്ച് പ്രാർത്ഥിച്ച് വഴിയോരം നിൽക്കുമ്പോൾ
വഴിവക്കിലുടനീളമസംബന്ധം കബന്ധങ്ങൾ കാണുന്നു.

○○

24
മൃതർ

മൃതരായിരിക്കുന്നവർ
മുഖം മൂടി, തല മൂടി
കണ്ണും കാതുമടച്ച്
കാറ്റ് കടക്കാത്ത മുറിയിൽ
നാം മൃതർ നാമൊന്നുമറിയുന്നില്ല

പുറത്ത്
വയലുകൾ തിളയ്ക്കുന്നു
വയറുകൾ കത്തുന്നു
ഇളവെയിലിലൊരിളം
മാംസം പങ്കു വയ്ക്കപ്പെടുന്നു

മനം മലീമസമാക്കി മതം
മനം കലുഷമാക്കി
വാക്കിൽ വിഷം പുരട്ടി
നോക്കിൽ പക തിരുകി
യതിമുഖമോടെ വൈരമൊരുങ്ങുന്നു

കലിംഗയെ മറന്നവർ
ലിംഗമാതായുധമാകുന്നു
ഒരു ജനത മൃതമായിരിക്കുന്നു
മുഖം മൂടി, തല മൂടി.

○○

25
ഭയഭരിത ഗ്രാമം

പകലിപ്പോൾ പകലിൽ
കണ്ണടക്കാറേയില്ല
പതിവുള്ള ഉച്ചയുറക്കം പോലും
ഉപേക്ഷിച്ചിരിക്കുന്നു

ഒരു ഭയം, പകലിനെ
പിടികൂടിയിരിക്കുന്നു
പതിവുള്ള ചെറുകാറ്റുകൾ
പോലും വരാൻ മടിക്കുന്നു

പണ്ട്, നിർഭയം പടി കടന്നെത്തുന്ന
മാർജ്ജാരനുമൊന്നു
പരുങ്ങുന്നുണ്ട്
തണൽ തേടിയെത്തിയിരുന്ന
പക്ഷികൾ മൗനഭജനത്തിലാണിപ്പോൾ

എന്തിനുമേതിനുമെപ്പോഴും
പ്രതികരിക്കുന്ന നായ്ക്കുട്ടി
മുൻകാലുകൾ മുന്നോട്ട് നീട്ടി
മുഖം നീട്ടിയിരിക്കുന്നു
ഒരു ചെറുശബ്ദം പോലുമവനെ
ഭയപ്പെടുത്തുന്നു

ഒറ്റക്കമ്മൽ

വാളുകൾ രാകിമൂർച്ച കൂട്ടുന്ന
ശബ്ദം അന്തരീക്ഷത്തിലിടയ്ക്കിടെ
കേൾക്കാം
കളിചിരികളൊഴിഞ്ഞ ഗ്രാമപാതകൾ

ഉടുതുണിയുരിക്കപ്പെട്ട പെൺകൊടിയുടെ മുൻമുടി
പറിച്ചെടുക്കുന്ന രാജ്യസ്നേഹി

ഉടയോന്റെയുടവാൾ
കലാപകാരികൾക്ക് കൈമാറി
ഉടയോൻ ഉറക്കത്തിലും
കറക്കത്തിലുമാണ്

കവലയിലെന്നും കവിതചൊല്ലുന്ന
കവിയുടെ അപകടമരണത്തിന്റെ
കാരണങ്ങളാരുമന്വേഷിക്കുന്നില്ല

കവിയുടെ കാമുകി കരചരണങ്ങളറ്റ്
കനാൽച്ചിറയിൽ കമിഴ്ന്നു കിടക്കുന്നു

ഗ്രാമമതിന്റെ പുറത്തേക്കുള്ള
വാതായനത്തിന്റെ സാക്ഷ നീക്കാറില്ല
അതുപോലെ വീടുകളും മനസ്സുകളും

ഒരൊറ്റപ്പുള്ള് മാത്രം പറക്കുന്നുണ്ട്,
ഭയം ഗ്രസിച്ച മലകൾക്ക്
മേലത് ചിലച്ചു പറക്കുന്നു

ഭയം പിടിമുറുക്കിക്കഴിഞ്ഞിരിക്കുന്നു
ചിലർ മനസ്സിലൊരു കുഴികുത്തി
അതിലൊളിച്ചിരിക്കാൻ ശ്രമിക്കുന്നു.

ചിലർ പഴമ്പുരാണങ്ങളിൽ
പൊരുൾ തേടിയലയുന്നു
ചിലർ പോയ തലമുറയണിഞ്ഞ

ഒറ്റക്കമ്മൽ

അടിമത്തോൽ കുപ്പായങ്ങൾ
പൊടിതട്ടിയെടുക്കുന്നു

ചുമർവിടവുകളിലൂടെ ഒറ്റകണ്ണുകൾ
കാഴ്ചകൾ പായിക്കുന്നുണ്ട്
ഒരൊറ്റപ്പെട്ട ഒരു തെരുനായ
പേ പിടിച്ചതാണെങ്കിൽ കൂടിയും
എല്ലാവരും പ്രതീക്ഷിക്കുന്നു,
ഒരു ബൗബൗ ശബ്ദം ഉയരുമോ?
ഉയരേണ്ടതാണ്.....

26
ഇന്നു നട്ട നാരകം

ഇന്നു നട്ട നാരകം നീ
കണ്ടതില്ലല്ലോടീ കൺമണിപ്പെണ്ണേ
നിന്റെ ശ്വാസനിശ്വാസം പോലെത്ര
ഗന്ധമീ പത്രങ്ങളിൽ ഹാ..

നിന്റെ ചാഞ്ഞ ചെരിഞ്ഞ നോട്ടം
പോലെന്റെ നേരെ ചായുന്നു നാരകം
നിന്റെ സ്നേഹദ്വേഷദ്വയങ്ങൾ പോൽ
കൂർത്ത സ്നേഹമുള്ളുകൾ മേലാകെ

നിന്നെയാണ് കാണുന്നതീ കൊച്ചു
നാരകച്ചോട്ടിലേകനായ് ഞാൻ
നിന്റെ സ്മാരകം നാരകം
നിന്റെ ചാരം വലിച്ചെടുക്കുന്നു

എന്റെ പെണ്ണേ നിനക്കന്ന് നൽകാഞ്ഞ
പ്രേമമൊക്കെ നൽകി ഞാൻ നാരകം
എന്റെ ബാക്കി ജീവിതപ്പാതയിൽ
നിന്റെ ഓർമ്മയായി പരിലസിക്കുന്നു

ഇന്നു നട്ട നാരകം നീ
കണ്ടതില്ലല്ലോടീ കൺമണിപ്പെണ്ണേ
എന്നു വന്നുചേരും ഞാനും ചാരമായ്
നിന്റെ ചാരേയീ നാരകച്ചോട്ടിൽ.

27
ചന്തയിലെ പട്ടി

ചന്തയിലെ പട്ടിയുടെ ചന്തിയെപ്പോഴും
തേഞ്ഞതായിരിക്കും
ഏറുകൊണ്ടേറുകൊണ്ടങ്ങനെ
തേഞ്ഞ് തേമ്പിപ്പോയതാവും

വാല് മുറിച്ചതിനാൽ സ്നേഹം
പ്രകടിപ്പിക്കാനതിനാവതില്ല

(ചന്തയിലെ നായക്കെന്ത് സ്നേഹമെന്ന് ചിലയിരുകാലി
മൂരാച്ചിക്കവികൾ)

ചന്തയിലെ പട്ടിയോടിവാടി
വെന്തിരിക്കുന്ന മൂല ചന്തമില്ലാത്ത
തേവിടിശ്ശികളൊത്തുകൂടുന്ന മൂല
അന്തിയായാൽ പൂരമാണ്
കന്നിമാസം പോലെ

മൂലയിൽ വന്നിരിക്കുമ്പോഴാണ്
പട്ടി ചിന്തയിലാകുന്നത്
എത്രമാത്രമെച്ചിലൊക്കെ
തിന്നുതീർത്താലും പിന്നെയും
തീരാത്തയെച്ചിലുണ്ടാക്കുന്ന മാനവൻ

വൃത്തിയാക്കാൻ
കാക്കയും പട്ടിയും കഴുകനും വേണം
പിന്നെ രാവിലെ മണ്ടിമണ്ടിയെത്തും

ഒറ്റക്കമ്മൽ

കൂരിരുട്ടുപോൽ കറുത്തുപോയ
മണ്ടിയായ കുട്ടിപ്പെണ്ണും വേണം

ചന്തയിലെ പട്ടിയുടെ സങ്കടം
ചന്തയേയൊ
തേഞ്ഞ ചന്തിയെക്കുറിച്ചോ അല്ല

മണ്ടിമണ്ടിയെത്തുന്നോൾ
രണ്ടുകാലും വിണ്ട്
ഞൊണ്ടലോടെയവളെകാണുമ്പോൾ
ചന്തയിലെ പട്ടിക്കും സങ്കടം വരും,
ഈ ചപ്പ് വാരുന്ന പെണ്ണാളെന്തേ
കൂരിരിട്ട് പോൽ കറുത്തുപോയ്

തൂത്തുവാരി തളർന്നവൾ ക്ഷീണിച്ച്
മരത്തണലിലിരുന്ന് മുറുക്കാൻ
ചെല്ലം തുറക്കുമ്പോളാണ്
സങ്കടത്തിന്റെയും സഹനത്തിന്റെയും
ആ ആമാടപ്പെട്ടിയും
അവൾ തുറക്കുന്നത്
അവളെങ്ങനെ പിറുപിറുക്കുമ്പോൾ
ചെവിയോർക്കുന്ന പട്ടി

ആഭിജാത്യത്തിന്റെ
വേലിക്കെട്ടുകൾക്കപ്പുറം
മുള്ളു വേലിക്കുള്ളിൽ കാഞ്ഞിര
മരത്തണലിലാണവളുടെ ജീവിതം

ആണിയടിച്ച് തളച്ചിട്ടിരിയ്ക്കുന്ന
സ്വപ്നങ്ങൾ കാഞ്ഞിരമരത്തിൽ
നിന്നിറങ്ങിയവളുടെയടുത്തേയ്ക്ക് വരാറേയില്ല

മോഹങ്ങളെ പുതപ്പിക്കാതെയാണവൾ
ഉറക്കാറുള്ളത്
നക്ഷത്രങ്ങൾ മരിച്ചുവീണയവളുടെ

ഒറ്റക്കമ്മൽ

കണ്ണുകളിലെ തമോഗർത്തങ്ങൾ
ആശയില്ലാക്കയം പോലെ

കനൽ വീണ കണ്ണുപോൽ
കുഴിഞ്ഞുണങ്ങിപ്പോയ്
ചുറ്റും മുറുക്കിത്തുപ്പിച്ചുവപ്പിച്ചവൾ
എഴുന്നേറ്റു നടക്കുമ്പോൾ
ചന്തയുടെയതിർത്തിവരെ
പട്ടിയവളെയനുഗമിക്കുന്നു,

പട്ടി ചന്തയ്ക്ക് പോയത് പോലെ
ഒരു ജീവിതം,
പട്ടി നടന്നിട്ടൊരു കാര്യവുമില്ലാ
പട്ടിയ്ക്കിരിക്കാൻ നേരവുമില്ല

ഒരു പൊട്ടു പോലെയവൾ മാഞ്ഞു
പോകുമ്പോൾ പിന്നെയും
ചന്തയുടെ അവശിഷ്ടയഴുക്കുകളിൽ
പട്ടി ജീവിതം തിരയുന്നു
ഒരേറു പാഞ്ഞുവരുന്നുണ്ടാവാം

അനുവാചക ഭാഷ്യം:
ഭംഗിയില്ലാത്ത കവിത,
പട്ടിയെന്ന വാക്ക് മാറ്റി
നായയെന്നാക്കിയിരുന്നെങ്കിൽ
കാവ്യഭംഗിയേറുമായിരുന്നു,

പട്ടിഭാഷ്യം:
ചന്തയിലായത് കൊണ്ടാണ്
പട്ടിയായത്,
നായ ഒരു ശ്രേഷ്ഠജീവി.

കവി ഭാഷ്യം:
ദയവായി പട്ടിയെ വെറുതേ വിടുക
ഏറുകൊണ്ടും ചന്തി തേഞ്ഞുമതു ജീവിക്കട്ടെ.

ഒറ്റക്കമ്മൽ

ദയവായി ചന്തിയുടെ കാവ്യഭംഗി
നോക്കാതിരിക്കുക
പട്ടിക്കെവിടെ നിതംബം.

○○

28
ആദ്യരാത്രി

ആദ്യരാത്രി:

ആദ്യരാത്രി
യിരു മുലകളും
മാറിമാറിക്കുടിച്ച്
കുടിപ്പിച്ച്
നെറുകയിൽ ചുണ്ടിൽ കണ്ണിൽ
തെരുതെരായുമ്മയും
അരുമയാമൊരു സ്നേഹത്തലോടലും
അങ്ങനൊക്കെയാവാം ആദ്യരാത്രി
അമ്മയില്ലല്ലോ, ഒന്ന് ചോദിക്കാൻ.

രണ്ടാം രാത്രി:

വന്നു ചേരാമവൻ
ഇന്നു രാവു കനക്കുമ്പോൾ
കണ്ണിൽ കവിളിൽ
ഉമ്മമാല ചാർത്തുവാൻ
വന്നതില്ലവൻ, രാവേറെയായിട്ടും
പിന്നെ മെയ്യിലൊട്ടിക്കിടന്ന്
തന്നയുമ്മകളൊക്കെയും സ്വപ്നങ്ങൾ
എങ്ങുപോയെന്റെ കാമുകൻ
രാത്രികളൊക്കെ കട്ടെടുക്കുന്നവൻ

ഒറ്റക്കമ്മൽ

മൂന്നാം രാത്രി:

മണിയറ വാതിൽ മെല്ലെ
തുറക്കുന്നു
ഉള്ളുരുകുന്നുവോ സ്നേഹം
പരവേശം
കണ്ണിലാകെ കാണായ്ക മൂടുന്നു
ഇന്നീ രാവും തീരാതിരുന്നെങ്കിൽ
ഇന്ദുലേഖയുമർക്കനുമിനി
വരാതെയുരുന്നെങ്കിൽ

മന്ദമാരുതൻ മാത്രമെത്തി നോക്കുന്നു
എത്ര കാന്തിയിണയരയന്നങ്ങൾ
ചുണ്ട് കോർത്തങ്ങനെ
ഹാ... മായേണ്ട രാവേ നീ

നാലാം രാത്രി:

എത്ര സ്നേഹസുരഭില കവിതകൾ
അത്രയാഴത്തിൽ
ഹൃദയം മുറിക്കും പോൽ
അത്ര തീക്ഷ്ണമവന്റെ രചനകൾ

വന്നതില്ലല്ലോ പ്രിയകവി
എന്നു ചിന്തിച്ചുറങ്ങവെ
വന്നു സ്വപ്നത്തിൽ സ്വർണ്ണരഥത്തിലേറി
നഗ്നമേനിയാകാവേ പൂക്കളാൽ മൂടി
പിന്നെ, കരൾക്കാമ്പിലൊത്തിരി ഉമ്മകൾ
പിന്നെയെന്നുമുറങ്ങാത്ത രാവുകൾ
കണ്ണുനീരിലലയുന്നു കവിതകൾ.

അവസാന രാത്രി:

പീളമൂടിക്കെട്ടിയ കൺകളിൽ
ശോഭയില്ല, ശോഭയില്ലാ രാത്രിചന്ദ്രനും

ഒറ്റക്കമ്മൽ

പൂനിലാവ് പൊഴിക്കാത്തതെന്തേ?
ഇന്ന് രാത്രിയീമൂലയിലാർക്കുമേ
വേണ്ടാത്ത വസ്തുപോലവൾ

പീളമൂടിയ കൺകളടയ്ക്കുവാൻ വയ്യ
എങ്കിലും കണ്ണടച്ചിങ്ങനെ
എത്ര ചിത്രങ്ങൾ മാറിമറിയുന്നു
എത്ര രാജ്യസദസ്സിൽ
നൃത്തമാടിയോൾ
എത്ര ഭോഗമൃദംഗതാളങ്ങളിൽ
നഗ്നരാവ് പുതച്ചുറങ്ങാത്തോൾ

ഇന്നു രാത്രി കടക്കുമോ ബന്ധുക്കൾ
കണ്ണിൽക്കണ്ണിൽ നോക്കിനിൽക്കുന്നു
ഓർമ്മ
നഷ്ടപ്പെട്ടവൾക്കിനിയെന്തിനായ്
ഓർമ്മകൾ?
ഈച്ചയാർക്കുന്ന ചുണ്ടിലെ
പോയകാല പാഴ്ച്ചുംബനങ്ങളേ വിട.

ഠഠ

29
അവൾ

സങ്കടങ്ങൾ പെരുമഴയാകുമ്പോൾ
കണ്ണുനീരിനലയാഴിയുയരുമ്പോൾ
എന്നുമോരോ നിമിഷങ്ങളുമെണ്ണി
എന്നെയോർത്ത് വേപഥു പൂണ്ടവൾ

ആരുമില്ലാതെയേകാന്ത തീരത്ത്
തോണി മുങ്ങിയ നാവികനെപ്പോൽ
ഒന്നു വാവിട്ടു കരയാനുമാകാതെ
കണ്ണടച്ചിട്ടുരുട്ടിൽ കഴിഞ്ഞവൾ

നിന്ദ മാത്രം കുടിച്ചുജീവിച്ചവൾ
വീണ്ടകാലിൽ പ്രയാണം നടത്തിയോൾ
കാരമുള്ളു തറച്ചൊരാ ജീവിതം
ആരുമില്ലാ വഴിയിലലഞ്ഞവൾ

വന്നുപോയോരോ അമാവാസി നാളുകൾ
വന്നതില്ലവൻ വാനിൽ നക്ഷത്രമായ്
കുഞ്ഞുപ്രാവിൻ കുറുകലും കേട്ടില്ല
കൊന്ന പൂത്തില്ല വിഷുപ്പക്ഷി വന്നില്ല

മിന്നി, മിന്നാമിനുങ്ങുകൾ വന്നില്ല
എങ്ങുനിന്നും പരിഹാസ വാക്കുകൾ
കണ്ണുനീരിൽ കുതിർന്ന തലയിണ
നെഞ്ചിനോട് ചേർത്തു പിടിച്ചവൾ

എന്നുമോരോ അന്ത്യയാമങ്ങളിൽ
എന്റെ കാലൊച്ച കേൾക്കുവാനായവൾ-
നിർന്നിമേഷയായി നോക്കിനിന്നീടുന്നു
എന്നെയോർത്ത് വേപഥു പൂണ്ടവൾ
എന്റെ പ്രാണപ്രേയസ്സിയാണവൾ

സങ്കടങ്ങൾ പെരുമഴയാകുമ്പോൾ
കണ്ണുനീരിനലയാഴിയുയരുമ്പോൾ
എന്നുമോരോ നിമിഷങ്ങളുമെണ്ണി
എന്നെയോർത്ത് വേപഥു പൂണ്ടവൾ.

൦൦

30

പിശാചിനു പറയാനുള്ളത്

അല്ല, ഞാൻ പിശാചല്ല
മെയ്യ് നന്നായി
കറുത്തു പോയിട്ടുണ്ടാവാം
പല്ലുകളൽപ്പം പൊന്തിയിട്ടുണ്ടാവാം
കണ്ണ് കലങ്ങിച്ചുവന്നിട്ടുണ്ടാവാം
നാവവർ മുറിച്ചറത്തപ്പോൾ ചോര
വാ വഴിയിലൊലിച്ചിട്ടുണ്ടാവാം
ഭ്രാന്ത്കാലങ്ങളിൽ
മുടി ജടപിടിച്ചിട്ടുണ്ടാവാം
തടവറയിലെ മർദ്ദനമെന്നെ
കൂനനും വിരൂപകനുമാക്കിയിട്ടുണ്ടാവാം

എന്റെ ജീവിത പശ്ചാത്തലവും
ആകാരാഭംഗിയും
നിങ്ങളിലറപ്പുളവാക്കിയിട്ടുണ്ടാവാം
ഒരു വേള നിങ്ങളുടെ
വീട്ടുമുറ്റത്തു വന്ന്
ഗ്രാമത്തിൽ വന്ന്
ചന്തയിൽ വന്ന്
ജില്ലയിൽ വന്ന്
സംസ്ഥാനത്തു വന്ന്
നിങ്ങളുടെ രാജ്യത്തു നിന്ന്
പറയാൻ കഴിയില്ലായിരിയ്ക്കും
ഞാൻ കറുത്തു പോയെന്നേയുള്ളൂ,

ഞാനുമൊരു മനുഷ്യനാണ്
ഞാൻ ചെകുത്താനല്ല

പിശാചിന് പറയാനുള്ളത്:

ശരിയ്ക്കുമയാൾ മനുഷ്യനാണ്
കറുത്തെന്നേയുള്ളൂ
അല്ല, വെളുത്തമനുഷ്യരേ
നിങ്ങളെന്തിനാണ്
വെറുപ്പിനൊക്കെ
കറുപ്പ് നിറം കൊടുക്കുന്നത്?
ഇരുട്ടിനെ പേടിക്കുന്നത് പോലെ
നിങ്ങൾ കറുപ്പിനെയും ഭയക്കുന്നുവോ?

ഠഠ

31
ക്രൂരഭാരതം

(മണിപ്പൂരിൽ പെൺകുട്ടികളെ നഗ്നയായ്നടത്തി ക്രൂരമായി കൂട്ട ബലാത്സംഘം ചെയ്ത വാർത്ത അറിയുന്നു, ഒരു കവിതയെ ങ്കിലും എഴുതിയില്ലെങ്കിൽ...)

പേടിയാകുന്നു ഭാരതം
നീയിത്ര ക്രൂരയാകുന്നോ
കത്തും മണിപ്പൂരും സ്ത്രീ
നഗ്നതക്ക് മേൽ കുത്തിപ്പിടിച്ച
കത്തിയും കത്തും നാടും നഗരവും

കത്തിയമരുന്ന കൂരയും
തേങ്ങും തെരുവോരവും
മാർ മുറിക്കുന്ന വാളും ശൂലവും
പേടിയാകുന്നു ഭാരതം
നീയിത്ര ക്രൂരയോ

പേടിയാകുന്നു ഭാരതം
നിന്റെ സനാതന മൂത്രമെത്രമേൽ*
ഉച്ഛിഷ്ടമെന്റെ വായിൽ പാർന്ന്
നിന്റെ കുന്ത്രാണ്ട ലിംഗദൈവത്തെ
പൂജിച്ച് ഹാ പേടിയാകുന്നു ഭാരതം
നീയിത്ര ക്രൂരയോ

ഒറ്റക്കമ്മൽ

മണ്ണും മനസ്സും പെണ്ണും
നഷ്ടപ്പെട്ട മനുഷ്യൻ വെന്ത കാലിൽ
നടക്കുന്ന ഭാരതം
കെട്ടകാലമെന്നറിയാമെങ്കിലും
ചെങ്കോൽ പിടിക്കുന്ന നീയിത്ര
കെട്ടുപോയല്ലോ

പണ്ടു നീ മുറിച്ച മാറും നങ്ങേലിയും
ഇന്നുമതുപോലെ പോലെ തന്നെ
ഹാ, മണിപ്പൂർ!

കെട്ടകാലമിന്റർനെറ്റ് കട്ട്
ചെയ്തു നീ
മാറ്, വയറ്, തുട, തുടയിടുക്കു കീറി
ചോര ചീന്തുന്ന നീ പ്ഫാ....
ഭാരതം നീയിത്ര ക്രൂരയോ?

**മദ്ധ്യപ്രദേശിൽ ഒരു ദളിത് ബാലന്റെ വായിൽ സവർണ്ണ സമുദായത്തിൽപ്പെട്ട ഒരാൾ മൂത്രമൊഴിച്ച വാർത്ത അറിയുന്നു.*

○○

32
ഒച്ച

ഒച്ചയില്ലാതായിപ്പോയ
ഒച്ച, മച്ചിൻ മുകളിൽ
നച്ചെലികളുമായി കൂട്ടായി

നട്ടുച്ച കത്തുന്നു
സ്വച്ഛമുറക്കം റോട്ടിലുമില്ലൊച്ച..
നാടുറക്കത്തിലാണോ

കത്തി നിവർത്തി
കാപാലിക കൂട്ടങ്ങൾ തെരുവിൽ
ഒച്ച വെട്ടിനിരത്തിപ്പായുന്നു

ഒച്ചയില്ലാതായിപ്പോയ ഒച്ച
നാട്ടിൽ മുട്ടിലിഴയുന്നോ
അതോ, ഉച്ചയുറക്കത്തിലോ?

തീ തുപ്പുന്ന തോക്കും നോക്കും
റോട്ടിൽ നിന്നു ചിരിക്കുന്നു

ഒച്ച
ഉറക്കത്തിലോ മയക്കത്തിലോ
ജാഗ്രത വേണം
ഒച്ച മരിക്കാൻ പാടില്ല
ഒച്ചയിടാനാരും മറക്കല്ലേ.

ഠഠ

33
കാട്ടുപൂവിനോട്

കാട്ടുപൂവേ
നിന്റെ പേരൊന്നു ചൊല്ലെടീ
കാട്ടു കൊന്നപ്പൂവിൻ കൂട്ടുകാരീ

കാട്ടിലിന്ന്
നിനക്കാരൊക്കെയുണ്ടെടീ
കാട്ടു ചെമ്പോത്തിപ്പോൾ കൂട്ടുണ്ടോടി

കാട്ടുചോല
നീറ്റിൽ നീന്തിത്തുടിക്കുമ്പോൾ
മാരിവില്ലായവൻ എത്തുമോടീ

മാരനായ്
നീയാരെ കൂട്ടുന്നു രാക്കളിൽ
മായാമനോഹരി ആകുമോടീ

ചന്ദ്രനോ
സൂര്യനോ ആരാണ് കാമുകൻ
ഇന്ദീവരപ്പൂ നീ ചൂടുന്നുണ്ടോ

കാമുകൻ
നിന്റെയാ ചൂടിനാൽ വേവുമ്പോൾ
മാർമറുകിൽ തലോടുമോടീ

കാട്ടുപൂവേ
നിന്റെ പേരൊന്നു ചൊല്ലെടീ
കാട്ടുകൊന്നപ്പൂവിൻ കൂട്ടുകാരീ.

ㅇㅇ

34
ഒരു മൂലയിവന് വേണം
(തീവണ്ടിയാത്രയിൽ കാണുന്ന ചില ദൃശ്യങ്ങൾ.)

ദുരിതം നിറച്ച തീവണ്ടി
അലറിപ്പായുമ്പോൾ
ഒരു മൂലയിലങ്ങനെ കുറേ
നിരാലംബർ
മുഷിഞ്ഞ് മുഷിഞ്ഞ നോട്ടവുമായ്
മുഷിഞ്ഞ വേഷവുമായി,

ഇവരും മനുഷ്യർ
അരയിലുറച്ച കാലും
തോളിൻ കുഴയിൽ ഉറച്ച കയ്യും
ദ്രവിച്ചതെങ്കിലും കണ്ണീർ
പൊഴിക്കും കൺകളും
ഒരു പാപഭാരച്ചുമടിൽ ഒടിഞ്ഞ
കഴുത്തും
പുഴുകുത്തിയ ചുണ്ടും
ചാഞ്ഞും ചരിഞ്ഞുമുള്ള നോട്ടവും
ഇടന്തോളിൽ മയങ്ങുന്ന കുഞ്ഞും

കനിവ് വറ്റിയോ പ്രിയ യാത്രക്കാരാ
വെറുതേയൊരാധാർകാർഡും
ചുമന്ന് നടക്കുന്നയിവരും മനുഷ്യജന്മങ്ങൾ,

ഇത്തീവണ്ടിയൊരുന്ത്യയോ?
ഗതികെട്ടയീ ജന്മങ്ങളെ കൂക്കി വിളിച്ച്
കൂകിപ്പായുന്നു,
ഇവരും മനുഷ്യർ
കുലമില്ലാത്തവർ
അറിയില്ലയറിവ്

ഒറ്റക്കമ്മൽ

ഒരു നിലാവെട്ടമിതുവരെ
കാണാത്തവൻ,

ഇവരുടെ നേർച്ചകളിൽ ഭ്രമിക്കാത്ത
ദൈവങ്ങൾ
ഇവർക്ക് പണിതു കൊടുത്തത്
ഓട്ട വീണതും
നക്ഷത്രങ്ങളില്ലാത്തതുമായ
ആകാശമാണ്,

കൂകിപ്പായുന്ന ഇൻഡ്യയുടെ
ഒരു മൂലയിവർക്ക് വേണം,

കള്ളനെന്ന് ഭാവിച്ച്
അവനെ നോക്കുന്ന യാത്രക്കാരാ
അവന്റെ വാടയടിക്കുന്ന വസ്ത്രങ്ങളിൽ
അവന്റെ മുൻതലമുറകളുടെ
വേർപ്പുണങ്ങിയ ഉപ്പ് പരലുകളുണ്ട്
അപ്പനപ്പൂപ്പന്മാരുടെ കണ്ണീരുമുണ്ട്,

നിന്റെ കോട്ടും സ്യൂട്ടും നോട്ടവും കഴുത്തിൽ
തൂങ്ങുന്ന തിരിച്ചറിയൽ കാർഡും
ഒക്കെയവനു പേടിയാണ്,

തൊടിയും കുടിയുമില്ലാത്തോർ
അവരാമൂലയിൽ എങ്ങാനുമിരിക്കട്ടെ
സ്വപ്നങ്ങളൊന്നുമില്ലാത്തവർക്ക്
വീണ്ടുംവീണ്ടും വിലങ്ങുകൾ
പണിയുന്നതെന്തിനാണിന്ത്യാ,
ഇന്ത്യാ
ഇവരെ പരിഗണിക്കാതെ ഏത്
സ്റ്റേഷനെയാണ് നീ ലക്ഷ്യംവയ്ക്കുന്നത്
നിന്റെ യാത്ര തെറ്റായ പാളത്തിലൂടാണ്.

OO

35
പിണങ്ങിയ കവിത

ഈ കവിത എങ്ങോട്ടാണിറങ്ങി
പോകുന്നത്?
ഇന്നലെയത്
പേ പിടിച്ച നായയോടൊപ്പം നാട്ടിൽ
ഭ്രാന്തുമായ് ഓടി നടക്കുകയായിരുന്നു

നായയുടെ പരവേശം കവിതക്കല്ലേ
അറിയൂ
പക്ഷേ, വായാടിയമ്മിണിക്ക്
പേ ആയപ്പോൾ കവിത പേടിച്ചോ?

നായക്ക് പേ ആയാൽ അലയാൻ
ഇടമുണ്ട് നാട് മുഴുവൻ
ഏറ് കൊണ്ട് മരിക്കുന്നത് വരെ

അമ്മിണി, കഷ്ടം!
കൈകാൽ കെട്ടി മുറിക്കുള്ളിൽ
കുരച്ചും കിതച്ചും പതച്ചും അമ്മിണി
മുടി പറിച്ച് തല കിളച്ചപ്പോൾ
കവിത തലകറങ്ങി വീണു

കവിത
പ്രണയമെല്ലാം ഉപേക്ഷിച്ച മട്ടാണ്
പ്രണയം വറചട്ടിയിൽ പൊരിച്ചാണ്

ഒറ്റക്കമ്മൽ

എല്ലാവരും കഴിക്കുന്നത്
മനസ്സിനെ ലോക്കറിൽ പൂട്ടിയിട്ടാണ്
പ്രണയം തെരുവിൽ അലയുന്നത്

കവിതക്ക് രാഷ്ട്രീയവും ഇഷ്ടമില്ലാതായോ?
സ്വാതന്ത്ര്യത്തെ പൂട്ടിയിട്ടിട്ട്
രാഷ്ട്രീയക്കാരൻ തെരുവിൽ
സദാചാരം പ്രസംഗിക്കുന്നു

സ്വാതന്ത്ര്യസമരത്തിൽ പങ്കെടുക്കാതെ
സാമ്രാജ്യത്തിന് വിടുപണിചെയ്തവർ
ദേശീയഗാനം ആലപിക്കുന്നു

ഇതൊന്നും കവിതക്ക് മിണ്ടാൻ
പാടില്ലത്രേ,
കവിത മഴയോടും പിണങ്ങിയിരിക്കുന്നു
മര്യാദയില്ലാത്തവൾ

ഉടുതുണി പറിച്ച് പിരാന്തിന്റെ നൃത്തം
ആടുന്നവൾ
അഭിസാരികമാരുടെ അരയിളക്കം
പോലെയൊരു കുഴഞ്ഞാട്ടം
ശ്ലഥകാവ്യമാണിന്നു മഴ
പുഴയോടും കവിത കലഹിച്ചിരിക്കുന്നു
നീളത്തിലൊഴുകാതെ പുഴ വട്ടത്തിൽ
ഒഴുകുന്നു

ചിങ്ങവും കവിതക്ക് മ്ലാനമാസമാകുന്നോ?

ഇന്നലെ അങ്ങനെയും കവിത
പുലമ്പുന്നത് കേട്ടു,
ആദ്യമാസങ്ങൾ പേടിയാവുന്നു.

ജനുവരി മഹാത്മാവിനും
ചിങ്ങം മഹാബലിക്കും കവിത

ഒറ്റക്കമ്മൽ

പകുത്ത് വച്ചിരുന്നു

പക്ഷേ ഇപ്പോൾ,
ഗോഡ്സയെയും വാമനനെയും
സ്തുതിക്കണമെന്ന് ചിലർ

എനിക്ക് മനസ്സില്ലെന്ന് കവിത

അവൾ പിണങ്ങി ഇറങ്ങിപ്പോകുന്നു
പക്ഷേ, ഉറങ്ങുന്നില്ല.

ഠഠ

36
ആദിവാസിയുടെ പ്രണയം

(മുൻകുറിപ്പ്: നല്ല മലയാളികൾ അനവധി ഉള്ളത് കൊണ്ടാണ് ഇവിടെ ഇങ്ങനെ എങ്കിലും ജീവിക്കാൻ പറ്റുന്നത്, ധാരാളം കപടവിശ്വാസികളും കപട രാഷ്ട്രീയ സദാചാരവാദികളും ഉണ്ട്. അവരാണ് മധുവിനെ കൊന്നത് വിശ്വനാഥൻ എന്ന ആദിവാസി യുവാവിന്റെ മരണം അറിഞ്ഞപ്പോൾ എഴുതിയത്. വിവാഹം കഴിഞ്ഞ് എട്ടുവർഷത്തിന് ശേഷം ഗർഭിണിയായ ഭാര്യയുടെ പ്രസവത്തി നായി കോഴിക്കോട് എത്തിയ വിശ്വനാഥൻ എന്ന ആദിവാസി യുവാവിന് സ്വന്തം കുഞ്ഞിനെ കാണുന്നതിന് മുന്നേ മരിക്കേണ്ടി വന്നെങ്കിൽ നമ്മുടെ സമൂഹത്തിന് എന്തോ കുഴപ്പമുണ്ട്. ഒരാത്മപരിശോധനയും കർശനമായ നിയമ നടപടികളും ഉണ്ടാകേണ്ടതാണ്.)

എവിടെയാണൊരിടം
ഇടംവലം തിരിയാനൊരിടം

പണം പിണങ്ങിപ്പോയ മടിക്കിഴി
മണിമുത്തുകളില്ലാത്ത ചിരി
പിരിപിരിഞ്ഞങ്ങനെ ചപ്രത്തലമുടി
മുടിഞ്ഞു പോയൊരു തലമുറ
മുറതെറ്റിയോർ എന്ന വിളി
വിളിപ്പുറത്തെത്തും തേവരും മരിച്ചു പോയവർ

മല മുതൽ മല വരെ
അടക്കി വാണവർ
കാട് കാട്ടുമൃഗങ്ങളുമായി

ഒറ്റക്കമ്മൽ

ഒത്തുകൂടി ജീവിച്ചോർ
കാട്ടാനയെ കൂട്ടാക്കി
പാട്ടിലാക്കിയോർ
പുലിയെ പൂച്ചയെക്കൊണ്ട്
പേടിപ്പിച്ച വനവാസി
വനം വാസമാക്കിയോർ

അവർ തകർത്തില്ലൊരു മല
ഒരു മരം
അവർ തടഞ്ഞില്ലൊരുറവ
അരുവിയവർക്കരുമയായി
അടവിയവർക്ക് തണലുമായി

മാൻ മ്ലാവ് പോത്ത് ചെമ്പോത്തവർക്ക്
തുണയായി
മരവും മനുഷ്യനും കിളിയും
മൃഗങ്ങളുമൊരുപോലെ വാണ വനമിടം
അവന്റെ വാസമിടം

ആഹോയ് പൂഹോയ് കളികളും
വിളികളുമായി
അവരങ്ങനെ ജീവിച്ചു പോകെ
ചുരം കയറി വന്ന പരിഷകൾ
കവർന്നെടുത്തവർ മല, മുല, മാനം*

ഇന്നവൻ ആദിവാസി
മണ്ണിൽ മനമമർത്തി ജീവിച്ചോർ
നിരാലംബരായി നിരത്തിൽ നിന്നാൽ
അവൻ കള്ളൻ
പെരുങ്കള്ളൻ എന്നു വിളിച്ചാർക്കും
കപടജനാധിപത്യ സമൂഹമേ
നവോത്ഥാന കേരളമേ

ഹാ പ്രബുദ്ധ കേരളമേ
നിന്റെ തിരുനെറ്റിയിലെ

ഒറ്റക്കമ്മൽ

നിസ്കാരത്തഴമ്പിനോ
നിന്റെ സനാതനധർമ്മ
പ്രഭാഷണങ്ങളോ
കയ്യിൽ കെട്ടും ചരടുകളോ
പുതിയതും പഴേതുമായ ബൈബിളോ
അളിഞ്ഞ രാഷ്ട്രീയ സാക്ഷരതയോ
ഫാ... കേരളമേ
നിന്റെ മുഖത്തിന്നു ഞാൻ
കാർക്കിച്ചു തുപ്പുന്നു

കറുത്തവനെ കണ്ടാൽ തുറിച്ചു
നോക്കുന്നു നീ
ഉണ്ടും ഉറങ്ങീം മദിച്ചുംപുളച്ചും
അർമ്മാദിക്കും മലയാളീ

കാണുന്ന നേരം കാണാതെ
നൂറ്റാണ്ടു പിന്നിട്ട
കപടവിശ്വാസപ്രമാണങ്ങളെ
പിൻപറ്റുന്ന മലയാളീ

അമ്മ തൻ നെഞ്ചിലെ ചോരയൊഴിച്ച്
മദ്യം കഴിക്കുന്ന മലയാളീ
മലദ്വാരത്തിലൂടെ സ്വർണ്ണം
കടത്തും മലയാളീ

പഞ്ചലോഹ വിഗ്രഹത്തിൽ
പാലഭിഷേകം നടത്തും മലയാളീ
നാട് നീളേ രാഷ്ട്രീയ പുലഭ്യം
വിളമ്പും മലയാളീ

മധുവിന്റെയോർമ്മ
മാഞ്ഞതില്ലല്ലോടോ
അതിന് മുൻപേ തന്നെയൊരു
വിശ്വനാഥനെ
മലയിറങ്ങി വന്നോനെ

ഒറ്റക്കമ്മൽ

അവന്റെ പെണ്ണാള്
പെറ്റെഴുന്നേൽക്കുന്നതിന് മുന്നേ
കൊന്നു കളഞ്ഞില്ലെടോ നീ മലയാളീ

നിനക്കെന്ത് തറവാട്ടു മഹിമയാ
കറുത്തവനെ കണ്ടാൽ
നിനക്കിന്നും പുച്ഛം
മുഖം കോട്ടി നീയിന്നും ചിരിക്കും
മലയാളീ നിന്റെ മുഖംമൂടിയിന്ന്
ഞാൻ വലിച്ചു കീറുന്നു.

*(*പിതാക്കന്മാർ ആരെന്ന് അറിയാക്കുട്ടികൾ..)*

OO